महत्त्व आहे.

'स्त्री हि मूलं अपत्यानाम्' असे म्हटले आहे. सुप्रजननासाठी स्त्री हे महत्त्वाचे अंग आहे.

'ऋतुजा' या पुस्तकाचे वैशिष्ट्य म्हणजे साधारणपणे सर्व स्त्रियांना उपयोगी असे हे पुस्तक आहे.

या पुस्तकाचे वाचकांकडून स्वागत होईल यात शंकाच नाही. अनुक्रमणिका बघितल्यास त्यात स्त्रीचे बाल्यावस्था, यौवनावस्था, तारुण्यावस्था व प्रौढावस्था असे विस्तृत वर्णन केलेले आहे. स्त्रियांना होणारे वयापरत्वे विकार, त्याचे उपचार व त्यानुसार व्यायाम याचेही वर्णन आहे. त्यामुळे जरूर या पुस्तकाचा वाचकांनी लाभ घ्यावा. माझी मैत्रीण वैद्य सौ. अंजुश्री मेटकर हिचे मनःपूर्वक अभिनंदन व शुभेच्छा! या पुस्तकास वाचकांचा उत्तम प्रतिसाद लाभो!

– डॉ. अनुरा पी. बाले

डॉ. अंजुश्री मेटकर यांनी लिहिलेले 'ऋतुजा' हे पहिलेवहिले पुस्तक असूनही अतिशय नेटकेपणाने व थोडक्यात शब्दमांडणी केलेले आहे. स्त्री-शरीराची रचना, कार्यापासून सुरुवात करून म्हणजेच स्त्रीजन्मापासून रजोनिवृत्तीपर्यंत, तसेच रजोनिवृत्ती पश्चात दिसणारी लक्षणे, होणारे विकार याविषयी खुलेपणाने चर्चा केलेली आहे.

एका बाजूला छोट्या छोट्या गोष्टींसाठी डॉक्टरांकडे धाव घेणारे रुग्ण व दुसऱ्या बाजूला 'होऊन जाईल बरे. विशेष नाही.' अशी मानसिकता बाळगणारे रुग्ण आपण पाहत असतो. अशा वेळी डॉक्टरांकडे केव्हा जावे व केव्हा जाऊ नये हे सुचवणारा डॉक्टर व रुग्णांमधील दुवा म्हणून हे पुस्तक काम करेल अशी माझी खात्री आहे.

स्त्री शरीरातील रजोनिवृत्ती पश्चात होणाऱ्या बदलांना स्वीकारण्यासाठी तसेच 'अजूनि यौवनात मी' असा विश्वास समस्त स्त्री वर्गाला पटवण्यासाठी सोप्या सोप्या पाककृती, व्यायाम व त्वचेची व केसांची निगा राखण्यासाठी त्यांनी सुचवलेली उपाययोजना त्यांच्यातील सौंदर्यविषयक गुणाची चुणूक दाखवून जाते.

एका शास्त्रोक्त विषयावर तेही स्त्रियांवरील अतिशय नाजूक अशा विषयावर लिहिताना कुठेही लज्जेचा आडपडदा बाळगू नका, असा संदेश देत खुलेपणाने सर्व विषय अतिशय सोप्या भाषेत म्हणजे

आबालवृद्धांपर्यंत म्हणजेच घरातील सातवी-आठवीतील मुलींपासून आजीबाईंपर्यंत पोहोचेल अशा पद्धतीने लिहिल्यामुळे सर्वसामान्यांपर्यंत पोहोचेल याची मला खात्री आहे.

या पुस्तकाबद्दल मी त्यांचे खूप खूप अभिनंदन करतो व भविष्यात पुढे असेच आरोग्यविषयक, मुख्यत्वेकरून स्त्रीविषयक समस्यांवर अशी अनेक पुस्तके त्यांनी लिहावीत अशी मनीषा व्यक्त करतो. या पुस्तकाला माझ्या खूप खूप शुभेच्छा!

– डॉ. मधुकर हरी परांजपे

डॉ. श्रीमती अंजुश्री मेटकर या आयुर्वेदातील तज्ज्ञ डॉक्टर आहेत. त्या गेल्या २५ वर्षांपासून वैद्यकीय क्षेत्रात काम करीत आहेत. त्यांनी त्या काळात अनेक रुग्ण पाहिले. त्याच दीर्घ अनुभवातून त्यांनी वयात येणाऱ्या मुली तसेच रजोनिवृत्तीनंतर स्त्रियांच्या शरीरात कोणते बदल होत असतात याची सविस्तर माहिती साध्या व सोप्या भाषेत मांडली आहे.

समाजातील अतिशय सामान्य स्त्रियांना कळेल अशा शब्दांत वयात येणे म्हणजे काय? त्यादरम्यान काळजी कशी घ्यावी? ती एक नैसर्गिक प्रक्रिया आहे हे समजावून सांगितले आहे. तसेच रजोनिवृत्ती काळात स्त्रियांमध्ये होणारे शारीरिक व मानसिक बदल हे सहज शब्दांत सांगितले आहेत. भाषा सहज सोपी आहे. सर्व स्त्रियांनी हे पुस्तक अवश्य वाचावे.

'ऋतुजा' या पुस्तकास माझ्या मनापासून शुभेच्छा...

– डॉ. शोभा राजुरे

ऋतुजा

(MENOPAUSE)

डॉ. अंजुश्री मेटकर

मेहता पब्लिशिंग हाऊस

RUTUJA by DR. ANJUSHREE METKAR

ऋतुजा (Menopause) : डॉ. अंजुश्री मेटकर / आरोग्यपर

author@mehtapublishinghouse.com

संस्थापक : अनिल मेहता आणि सुनील मेहता

प्रकाशक : अखिल सुनील मेहता, मेहता पब्लिशिंग हाऊस,
१९४१, सदाशिव पेठ, माडीवाले कॉलनी, पुणे ३०.

मुद्रक : ट्रिनिटी अ‍ॅकॅडमी फॉर कॉर्पोरेट ट्रेनिंग लिमिटेड,
झील कॉलेज रोड, नऱ्हे, पुणे - ४१.

मुखपृष्ठ : मेहता पब्लिशिंग हाऊस

प्रथमावृत्ती : मार्च, २०२२

किंमत : ₹ ८०

P Book ISBN 9789392482410
E Book ISBN 9789392482489

E Books available on : play.google.com/store/books
www.amazon.in
books.apple.com

।। श्री स्वामी समर्थ ।।

प्रथमं भारती नाम । द्वितीयं तु सरस्वती ।
तृतीयं शारदादेवी । चतुर्थं हंसवाहिनी।
पंचमं जागतीख्याता । षष्ठम माहेश्वरी तथा ।
सप्तमं तत्तु कौमारी । अष्टमं ब्रह्मचारिणी ।
नवमं विद्याधात्रिती । दशमं वरदायिनी ।
एकादशं रुद्रघंटा । द्वादशं भुवनेश्वरी ।

Anyone who believes that anything can be suited to everyone is a great fool, because medicine is practised not on mankind in general, but on every individual in particular.

मन की बात

आज माझ्या या पहिल्यावहिल्या पुस्तिकेचे पुष्प आपल्या स्वाधीन करताना आनंदाच्या ऊर्मी मनात दाटून येत आहेत. माणसाचं आयुष्यच अजब आहे. जीवनाच्या वाटेवर चालताना खूप काही करायचं असतं, पण न करण्यासाठी सबबी भरपूर असतात. त्यात पटकन सांगायची एक सबब 'वेळ'. मला वेळच नाही असं सांगितलं की विषयच थांबतो. वेळ ही मागून मिळणारी गोष्ट नाही आणि गेलेली वेळ परत येतही नाही. म्हणूनच ठरवलं की आता योग्य वेळ आली आहे मैत्रिणींशी हितगुज करायची.

मागच्या वर्षी साधारणपणे जानेवारीच्या अखेरीस मिहीर भारतात आला होता. तेव्हा बोलता बोलता तो म्हणाला, "अगं मम्मा, केव्हा येणार तुम्ही अमेरिकेला? मला तिकडे जाऊन ४ वर्षं होऊन गेली. तुझं नेहमीचं क्लिनिकचं कारण देऊ नकोस हं. दोन महिने क्लिनिकला सुटी आहे असं सांगा पेशंटना आणि या पळून अमेरिकेत." आणि खरंच आम्ही उभयता मे अखेरीस अमेरिकावारीला निघालोसुद्धा.

विमानानं जशी गती घेतली, तसं माझं विचारचक्रसुद्धा जोरात चालू झालं. बघता बघता आपण पन्नाशी पार केल्याचं जाणवलं

आणि गेल्या २५ वर्षांतील एक-एक प्रसंग काल घडल्यासारखे डोळ्यांसमोर तरळू लागले.

बापट काका-काकू तशी हॅपी गो लकी जोडी; कायम आनंदी, चेष्टामस्करी करणारी. पण त्या दिवशी ते क्लिनिकमध्ये आले तेच एकमेकांवर फुरंगटून. मी विचारल्यावर काका म्हणाले, "आजकाल या बाईबरोबर राहणंच मुश्कील झालं आहे. जेव्हा बाहेर थंडी असते तेव्हा यांना पंखा लागतो आणि मला 'सगळी दारं-खिडक्या उघडा' म्हणून फर्मान निघतं. मॅडमचं ऐकून दारं-खिडक्या उघडून बिछान्यावर येऊन पडत नाही तोच मॅडमचा पुन्हा आदेश "अहो थंडी वाजतेय, जरा मला पांघरूण घालून खिडक्या बंद करा." रात्रभर हाच खेळ चालू असतो. त्यामुळे झोपेचं खोबरं! अहो यांचं ठीक आहे. या दिवसभर घरात असतात. दुपारी पाहिजे तितका वेळ झोपू शकतात; पण माझी रात्री नीट झोप झाली नाही, तर मला प्रॉब्लेम होतो. मला ऑफिसला दांडी मारता येत नाही ना!" मग मी काकांना 'हॉट फ्लशेस'चा अर्थ समजावून सांगितला, तेव्हा काकांच्या रागातून काकूंची सुटका झाली.

एकदा सौरभ एकटाच कॉलेजला जाण्यापूर्वी क्लिनिकमध्ये आला. तो अतिशय गोंधळलेला होता. मला म्हणाला, "अहो डॉक्टर, आईच्या वागण्याचा काहीच अंदाज करता येत नाही. कधीकधी उठल्याबरोबर प्रसन्न असते, शांत असते, पण थोड्याच वेळात दुर्गावतार धारण करते, माझ्यावर आणि पप्पांवर डाफरते. खूप चिडते

नि मग अचानक रडायला लागते. छोट्या छोट्या गोष्टींवरून मला आणि पप्पांना ओरडते, कधी रागावते तर कधी त्रागा करते, काय करायचं? पपा आणि मी फार वैतागलो आहोत तिच्या स्वभावाला.'' त्याच्या आईचा रजोनिवृत्ती काळ (मेनोपॉज) चालू झाला असल्यामुळे ती अशी वागत असेल, असं त्याला सांगून मी त्याची समजूत काढली.

असंच एकदा गोरेकाका एका कौटुंबिक कार्यक्रमात भेटले. काका एकटेच आलेले पाहून मी त्यांना छेडलं, ''काका, तुमची स्वीट हार्ट कुठे गेली आज?'' तेव्हा काका कडवट चेहरा करून म्हणाले, ''आमच्या स्वीटूचं आजकाल अगदी कडू कारलं झालंय. सकाळी कार्यक्रमाला जायचं म्हणून साड्या काढून बसली होती, कोणती साडी नेसू म्हणून मला विचारत होती. दोन तास झाले, तिला 'चल चल करतो' तर म्हणाली, ''मूड नाही. तुम्हीच जाऊन या.'' मग मी काकांना समजावलं की मूड स्विंग होणं ही रजोनिवृत्तीची एक फेज आहे. सर्व यथावकाश पूर्ववत होईल. पवार वहिनी त्या दिवशी अगदी हताश होऊन आल्या होत्या. म्हणाल्या, ''बघा ना मॅडम, माझे केस,त्वचा किती खराब झाले आहेत; अगदी खरखरीत झाडूसारखे. अगदी टीव्हीवरील जाहिरातीतील बाई सांगते तसेच.''

एक ना अनेक तक्रारी घेऊन रुग्ण क्लिनिकमध्ये येत असतात. खरं सांगू मैत्रिणींनो, रजोनिवृत्तीपूर्वी, रजोनिवृत्तीच्या काळात, रजोनिवृत्तीनंतरच्या वयात वरील लक्षणं प्रत्येकीला थोड्याफार प्रमाणात

जाणवत असतात. स्त्री शरीरातील संप्रेरकांच्या असंतुलनामुळे (हार्मोनल इम्बॅलन्स) ही लक्षणं दिसतात. या वयोपरत्वे होणाऱ्या बदलांना निसर्गनियम समजून त्यांच्याशी आपण जुळवून घेणं गरजेचं असतं ना?

'मी पंचविशीची होते तेव्हा अगदी सडपातळ, काळ्या दाट केशसंभाराची, केतकीधूम वर्णाची, राजस, लोभस होते आणि आता कशी झाले,' असं म्हणून कुढत बसण्यापेक्षा वाढत्या वयाबरोबर स्वभावात येणारा चिडचिडेपणा, नैराश्य घालवण्यास तसंच केस, त्वचा यांच्यातील इतर शारीरिक बदल स्वीकारण्यास शिकणे आवश्यक आहे. आपल्या सुडौल बांध्यासाठी केस, त्वचा यांची योग्य ती निगा राखण्यासाठी काय करावं, कोणता व्यायाम करावा, आहार कसा असावा, विहार कसा असावा हे समजावून घेणं आवश्यक आहे. आपल्या शरीरातील इतर बदलांकडे सकारात्मक दृष्टीने बघून आपण शारीरिक आणि मानसिकदृष्ट्या सक्षम राहून स्वतःला असं साकारावं की जणू आरशाला आपण विचारावं "सांग दर्पणा कशी मी दिसते?" आणि आरशानंही उत्स्फूर्त दाद द्यावी "अभी तो तुम जवाँ हो" आणि 'दर्पण झूठ ना बोले' असे म्हणत आपणही खूश होऊन जावे, याची मजा न्यारीच नाही का?

रजोनिवृत्तीच्या काळात आणि नंतर येणाऱ्या समग्र समस्या याच्या अनुषंगाने आपली शरीररचना, क्रिया, त्यात वयोमानपरत्वे होणारे बदल, शरीरसौष्ठव व्यवस्थित राहण्यासाठी आवश्यक ते

व्यायाम, आवश्यक तो संतुलित आहार, त्यासाठी योग्य त्या पाककृती, त्या काळात आवश्यक असणारे अन्नघटक यांची माहिती दिल्यास आपल्या समस्त मैत्रिणींना, तसेच त्यांच्या सुनालेकींना त्याचा उपयोग होईल व त्याचबरोबर त्यांच्या घरात उमलणाऱ्या सोनकळीचे, तसेच स्वतःचे आरोग्य जपण्यासाठी त्या योग्य वयात उद्युक्त होतील आणि आपली साठा उत्तरांची कहाणी सुफल संपूर्ण होईल, यासाठीच हे हितगुज.

ऋणनिर्देश

सर्वप्रथम मी, ज्यांनी मला या जगात आणून, 'तमसो मा ज्योतिर्गमय' या न्यायाने माझी ज्ञानरूपी प्रकाशाकडे वाटचाल करताना ज्ञानाचा प्रचंड खजिना माझ्यापुढे उघडून माझ्यात ज्ञानलालसा निर्माण केली आणि त्या अथांग सागरातून काही थेंब विजिगीषू वृत्तीने प्राशन करण्याची कुवत दिली त्या श्री स्वामी समर्थांचा उल्लेख करणे उचित समजते. श्री स्वामी समर्थांच्या कृपाप्रसादाने सदर पुस्तिका लिहिण्याचा अंकुर माझ्या मनात जागृत झाला व माझ्या माता-भगिनींना उपयुक्त ठरेल अशी पुस्तिका माझ्या हातून लिहिली गेली. माझे हे प्रथम पुष्प लीन भावनेने श्री स्वामी समर्थ चरणी अर्पण करते.

माझ्या आई-वडिलांनी माझ्यासाठी खस्ता खाऊन मला डॉक्टर बनण्यास उद्युक्त केले, माझ्या ज्ञानपिपासेला प्रोत्साहन देऊन मला एक जबाबदार डॉक्टर बनवले. इतकेच नव्हे, तर एक सुशील गृहिणी व कर्तव्यतत्पर माता बनण्याचे बाळकडू मला दिले. या संस्कारातून मिळालेल्या प्रेरणेतून हे शिवधनुष्य मी पेलू शकले. 'न ऋण जन्मदेचे फिटे,' अशी एक काव्यपंक्ती आहे. पण केवळ आईचेच नाही, तर

वडिलांचे ऋणही कधीच फिटू शकत नाही आणि म्हणून त्यांचा ऋणनिर्देश मी करत नाही. पण त्यांनी माझ्यावर केलेल्या संस्कारांची कृतज्ञतापूर्वक नोंद करते. मी वेळोवेळी केलेल्या लिखाणाचे कौतुक करून मला प्रोत्साहन देणाऱ्या माझ्या सासू-सासऱ्यांना मी विसरूच शकत नाही. माझे मोठे मेव्हणे प्रा. बा. गो. भांडारकर यांच्याशी बोलताना मी अशी पुस्तिका लिहिण्याचा मानस व्यक्त केला. नुकतीच हृदय शस्त्रक्रिया झालेल्या या पंचाहत्तरीच्या तरुणाने माझे दुर्बोध, इतस्ततः पसरलेले लिखाण वाचून, त्याचे कौतुक करून, मला प्रोत्साहित केले. 'इतुका न मी म्हातारा अवघे पाऊणशे वयमान' असे म्हणत मला मार्गदर्शन करून सातत्याने माझ्या लिखाणाचा पाठपुरावा करत या पुस्तिकेचे काम माझ्याकडून करून घेतले, त्याबद्दल मी त्यांची शतशः ऋणी राहीन.

डॉ. शंतनू चिंधडे सर. एक कविमनाचे डॉक्टर. त्यांनी स्वतः विपुल लिखाण केलेले असूनसुद्धा, मी अधूनमधून लिखाण करते हे कळल्यावर माझी लिखाणाची डायरी आवर्जून मागून घेऊन ती वेळात वेळ काढून वाचून माझे सदैव कौतुक केले. त्यांच्या प्रोत्साहनामुळे, एका ज्येष्ठ लेखक डॉक्टरांनी केलेल्या प्रशंसेमुळे माझ्या लिखाणाच्या ऊर्मीला भक्कम पाठबळ लाभत आलं आहे. औपचारिकपणे त्यांचा ऋणनिर्देश करण्याऐवजी त्यांच्या ऋणातच राहणे मी पसंत करेन.

आमचे कौटुंबिक स्नेही डॉ. मिलिंद भडके, डॉ. सचिन वनमोरे, डॉ. समर्थ कोटस्थाने, डॉ. दिलीप कुलकर्णी यांनी मला संबंधित

संदर्भग्रंथ उपलब्ध करून देण्यासाठी जी धडपड केला, त्याबद्दल त्या सर्वांची मी आभारी आहे. माझा वर्गमित्र राजन वडके व डॉ. महेश फणसळकर याने वेळोवेळी माझ्या लिखाणाला मौलिक सूचना व प्रोत्साहन देऊन माझे मनोबल वाढवले, लिखाण वाचकाभिमुख बनवण्यात महत्त्वाचा वाटा उचलून मला उपकृत केले. त्याबद्दल मी त्यांची आभारी आहे.

तसंच, माझा आणि एक मित्र आनंद तांडे यानं स्वतःच्या स्पर्धापरीक्षांच्या तयारीदरम्यान संगणकावरील कामात मला येणाऱ्या अडचणींचे वेळोवेळी निराकरण करून संगणकाद्वारा लिखाण अधिक आकर्षक बनवण्यास जो हातभार लावला, त्याबद्दल त्याला खूप खूप धन्यवाद.

माझा मुलगा मिहीर अमेरिकेत असून, त्याच्या पीएच.डी. अभ्यासातील व्यग्रतेतून मोकळा वेळ मिळताच किंवा प्रसंगी त्याचा अभ्यास थोडा बाजूला ठेवून संगणकाच्या मदतीनं होणारं माझं लिखाणाचं काम सुलभ व्हावं, त्यात मला येणाऱ्या अडचणीतून मार्ग काढून ते सुकर व्हावं याकरिता यथोचित मार्गदर्शन सातत्यानं करत आला. माझ्या लिखाणाच्याच नव्हे, तर इतरही अनेक आवडीनिवडींना सातत्यानं कौतुकाचं खतपाणी घालून माझ्या ऊर्मीला, उत्साहाला, उमेदीला सतत फुलवत, जोपासत राहिला; तसचं, हे एकच पुस्तक लिहून मी थांबू नये, तर असं वैद्यकीय प्रबोधनाचं काम सातत्यानं करत राहावं, याकरिता मला ऊर्जा दिली.

माझे पती डॉ. अशोक मेटकर यांच्याबद्दल काहीही न लिहिणं कृतघ्नपणाचं ठरेल. त्यांनी माझं लिखाण वेळोवेळी वाचून त्याविषयीचे त्यांचे परखड अभिप्राय दिले. चांगल्या गोष्टींचं कौतुक करत असताना खटकणाऱ्या गोष्टींसाठी माझे कानही उपटले आणि त्यामुळेच पुस्तकाचा गुणात्मक दर्जा राखण्यात निश्चितच फार मोठी मदत झाली. इतकच नव्हे, तर या लिखाणासाठी पुरेसा वेळ मिळावा म्हणून ते घरातील नैमित्तिक कामे स्वतःकडे घेत आले आहेत. त्यांच्या या अनमोल सहकार्यामुळे हे लिखाणाचे काम मी पूर्ण करू शकले. माझ्या लिखाणातला जोम ताजा ठेवण्याचे काम करूनही मी मिहीर आणि डॉ. अशोकना त्यांचे आभार मानून परके करणार नाही.

वर उल्लेख केलेल्या व नजरचुकीने काहींचा उल्लेख राहिलेल्या अशा सर्वांच्या शुभेच्छा व सहकार्यातून मी हे साध्य करू शकले. असेच सहकार्य व मार्गदर्शन माझ्या यापुढील उपक्रमात लाभेल, असा दृढविश्वास या पुस्तिकेच्या निमित्ताने मी व्यक्त करते.

स्त्रीजीवनात येणाऱ्या समस्यांबद्दल संकोचामुळे, लाजऱ्या वृत्तीमुळे मनमोकळी चर्चा करू न शकल्यामुळे व त्याचे परिणामस्वरूप अकारणच दुःखी कष्टी होणाऱ्या माझ्या समस्त मैत्रिणींना या पुस्तिकेचा उपयोग होऊन आपले जीवन आरोग्यपूर्ण व आनंददायी जगण्यास मदत होईल, असा ठाम विश्वास व्यक्त करून मी काहीसा लांबलेला ऋणनिर्देश आटोपता घेते.

अनुक्रमणिका

कळी उमलताना

'पहिली बेटी धनाची पेटी' अशी आपल्याकडे म्हणच प्रचलित आहे. पण आजकाल या बेटीच्या हातात सरस्वती आणि लक्ष्मी दोघीही स्थित असलेल्या आपण पाहतो. अशा या लाडक्या सोनकळीची आपण मुळापासून माहिती घेऊ या.

बाल्यावस्थेत शरीर लहान असते. हळूहळू शरीराचे आकारमान वाढणे, वजन वाढणे, बुद्धी व इंद्रियांची वाढ होणे, ही लक्षणे दिसतात. बाल्यावस्थेत सुकुमारता, कोमलता, मृदुता अधिक असते. या काळात (रस, रक्त, मांस, मेद, अस्थी, मज्जा, शुक्र) या सप्तधातूंचे बळ हळूहळू वाढत असते व धातूसारता तयार होते. यासाठी काही काळ जावा लागतो. बाल्यावस्था संपली की साधारणपणे ३ वर्षांच्या पुढे मुलीची **'कुमारी'** ही अवस्था सुरू होते. या वयात मुली निरागस, सुकुमार असतात, शरीर कोमल असते. ही अवस्था ३ वर्षांपासून पुढे ५ वर्षे वयापर्यंत टिकते. ५ ते १० वर्षे वयात कुमारीची **'किशोरी'** ही अवस्था असते. या वयात सर्वच मोठी माणसे आपली वाटत असतात. दहा वर्षादरम्यान तिचे शरीर आकार

घेऊ लागते. या वयात स्तनांना उभार येतो, उंची वाढते, नितंब विस्तृत होऊ लागतात. योनीभागी लोमकूप (छोटे केस) दिसू लागतात. ही कुमारी या काळात तारुण्याकडे झुकू लागते. हीच ती किशोरी अवस्था. यानंतर १२/१३ या वयात प्रकृतीनुसार तिला रजोदर्शन होते (मासिक पाळी सुरू होते.) कधीकधी १६ वर्षे वयापर्यंतही रजोदर्शन होऊ शकते.

साधारणगणे दहाव्या वर्षानंतर हट्ट करणे, रुसणे, रागावणे, हेच हवंय, तेच हवंय इ. हट्ट ती करू लागते. याच काळात गर्भाशय (युटेरस), आर्तववाहिन्या (फॅलोपियान ट्यूब्स), फलकोश (ओव्हरी), अपत्यपथ (व्हजायनल कॅनॉल), बाह्य योनी (व्हजायना) या सर्वांची वाढ व कार्य सुरू होते व कटिभाग विस्तृत होतो. १२ ते १८ वर्षे या वयाला **'मुग्धा'** म्हटले जाते. १२ ते १६ वर्षापर्यंत, म्हणजे मासिक पाळी सुरू होईपर्यंत किशोरी अवस्था असते. या वयात मुलींची उंची व वजन झपाट्याने वाढते. (१० व्या वर्षापासून स्त्रीत्व निदर्शक भाव दिसू लागतात.) या वयात शरीरवाढीबरोबर बुद्धीचीही वाढ होते. त्वचेची कांती व प्रभा वाढतात. सतेज अंगकांती निर्माण होऊन डोळेही तजेलदार दिसतात. यौवनावस्थेच्या सुरुवातीला बुद्धीला स्थिरत्व आलेले असते व त्याबरोबरच शरीराचे बळही वाढलेले असते. त्यामुळे काहीतरी करून दाखवण्याची ऊर्मी या तारुण्याच्या उंबरठ्यावर निर्माण होते. या अवस्थेत मुली अधिकाधिक लाजाळू व स्वप्नाळू होतात. त्यांना नटायला, सजायला आवडते. स्वतःला

प्रेझेन्ट करण्याची कला याच वयात पूर्णत्वाला येते. हीच यौवनावस्था होय. त्या वेळी ती **'षोडशा'** (१६ वर्षे पूर्ण झालेली) असते. या वयानंतर मुली आकर्षक दिसू लागतात, त्यांना आपल्या सौंदर्याची जाणीव होऊ लागते. या वयात शरीराची पूर्ण वाढ होऊन मानसिक प्रगल्भता आलेली असते. याच वेळी कळीचे फुलात रूपांतर होण्यास सुरुवात होते. म्हणूनच या काळात मुलींना खूपच जपावे लागते. या काळात मुलींमध्ये अल्लडपणा खूप असतो, चांगले-वाईट समजण्याची पात्रता नसते. कोणत्याही गोष्टीची भुरळ पडणारे स्वप्नाळू वय. या वयातच चुकीच्या ठिकाणी प्रेमात पडल्यास आयुष्यभर पस्तावायची वेळ येऊ शकते. या काळात आयुष्याच्या एका नाजूक वळणावर ही कळी उभी असते आणि म्हणूनच 'सोळावे वरीस धोक्याचे' असे म्हटले जाते.

'तारुण्यात पदार्पण' किंवा वयात येणे हा कालावधी व्यक्तिपरत्वे भिन्न असू शकतो. आनुवंशिकतेचा विचार करता काही कुटुंबात हे बदल उशिराने, तर काहींत लवकरदेखील होऊ शकतात. परंतु लवकर किंवा उशिराने तारुण्याचा विकास ही तशी सर्वसाधारण गोष्ट आहे. गंभीर स्वरूपाचे आजार, कुपोषण यामुळे कधीकधी तारुण्य पदार्पणास विलंबदेखील होऊ शकतो. या विलंबाबाबत डॉक्टरांचा सल्ला घेणे आवश्यक आहे.

१९ वर्षांनंतर काही मानसिक बदल दिसतात. या काळात मुली उदास, एकलकोंड्या, चिडचिड्या बनतात किंवा अधिक खेळकर,

बडबड्या, रागीट बनतात.

२८ वर्षांनंतर ४० ते ४१ वयापर्यंत तिला **'प्रगल्भा'** म्हणतात. स्त्री शरीरातील तिचे बल, कांती, तेज, सामर्थ्य, वर्ण तसेच स्तन, नितंब या अवयवांच्या पुष्टीसाठी स्त्रीबीज 'आर्तव' कारणीभूत असते. हा आर्तव धातू १६ ते ५० वर्षे वयापर्यंत कार्यक्षम असतो. आयुर्वेदानुसार २० ते ३० हा यौवनाचा बहरता काळ असतो. या काळात फलकोशांचे (ओव्हरी) ठिकाणी अंतःस्राव सुरू होतो म्हणून तारुण्यात पदार्पण केलेल्या मुलींना 'मदनशर विद्धता' निर्माण होऊन योनीभागी (व्हजायना) स्राव सुरू होतो. यालाच 'स्त्री शुक्र' म्हणतात. पण हे स्त्री शुक्र गर्भोत्पादन करण्यास सक्षम नसते, केवळ त्या ठिकाणी मृदुता आणण्यासाठी या स्रावाचा उपयोग होतो. गर्भधारणेसाठी 'आर्तव' हा धातू उपयुक्त असतो. स्त्री जननांगाची पूर्णपणे वाढ होऊन आर्तव तयार होऊन दर महिन्याला संचित (जुने) आर्तव बाहेर पडणे म्हणजेच 'मासिक पाळी' येणे, हे तारुण्याचे निदर्शक होय. याच काळात स्त्री-पुरुष परस्पर दर्शनातून, स्पर्शातून योनीभागी स्राव निर्माण होतो. परस्पर आकर्षणातून शुक्र आर्तव संयोग झाल्यास गर्भधारणा होते. २८ ते ४० या वयात इंद्रियांचं बल, स्मृती उत्तम असतात. अनुभवातून आलेल्या शहाणपणामुळे बोलण्यात गोडवा व आर्जव हे दोन्हीही गुण अधिक ठळकपणे जाणवतात. या वयात बुद्धी चांगल्या तऱ्हेने कार्यरत असल्याने, अनुभवातून ज्ञानाचा व विज्ञानाचा संगम भरपूर झालेला असतो. आपल्या आवाक्याची व परिस्थितीची जाणीव झालेली असल्याने,

अवास्तव म्हणजेच शरीराला न झेपणारा उत्साह आता नसतो. त्यामुळे ३० ते ४० नंतरच्या वयाला **'संपूर्ण'** हे नाव योग्य ठरते. या वेळी शारीरिक व सांसारिक पातळीवर स्थिरत्व आलेले असते, मनाची चंचलता कमी झालेली असते. यामुळे यौवनावस्थेतील उत्तरार्ध ही 'संपूर्णावस्था' होय. ही साधारण ५० ते ५५ वर्षे वयापर्यंत चालते. पुरुष शरीरात मात्र ही ६० ते ६५ वयापर्यंत चालते.

तारुण्याचा उत्तरार्ध- साधारणपणे ४० वर्षांनंतरच्या काळाला **'अधिरुढा'** किंवा **'प्रगल्भा'** म्हणतात. या प्रौढावस्थेच्या काळात प्रजननशक्ती क्षीण होत जाते. शरीरात बदल होत जातात, शरीरास परिपक्वता आलेली असते, विचारातही प्रगल्भता येते. या वयात स्त्रीची कामवासनाही कमी होते. शरीरास शैथिल्य यावयास लागते, चेहऱ्यावरील तजेला कमी होऊ लागतो, केस पांढरे होतात, सार्वदैहिक बल कमी कमी होत जाते, क्रयशक्ती कमी होऊ लागते, कामाचा वेग मंदावतो, मासिक पाळीत अनियमितता येऊ लागते. या काळात सांधेदुखी, गुडघेदुखी, टाचा दुखणे इ. तक्रारी वाढतात. ही अवस्था ४० ते ५० वर्षापर्यंत चालते. (प्रौढावस्था) काहींची रजोनिवृत्ती स्वाभाविक होते, तर काहींना रजोनिवृत्तीचा त्रास सुरू होतो. उदा. अनियमित रक्तस्राव, पाळीचे वेळी अंगावरून खूप जाणे (योनीगत रक्तस्नाव), मनोदौर्बल्य, आत्मविश्वासाची कमतरता, एकाकी वाटणे, जीवनातील रुची कमी होणे, चिडचिडेपणा येणे, जीवन नीरस वाटणे अशा तऱ्हेची लक्षणे निर्माण होतात. नैसर्गिक प्रक्रियेत ४५ ते ५०

या वयात रजोनिवृत्ती विनासायास होते. ५० वर्षांनंतरच्या काळात रजोनिवृत्ती होऊन वृद्धावस्था सुरू झालेली असते. भूक कमी होणे, शक्ती कमी होणे, त्वचेचा तजेला कमी होणे, केस पिकणे, चेहऱ्यावर, अंगावर सुरकुत्या येऊन कामजीवनही कमी होते. या काळात देहबल कमी झाल्यामुळे, शरीराची झीज अधिक झाल्यामुळे निरनिराळे विकार होऊ लागतात. यालाच **'वृद्धावस्था'** म्हणतात. काही स्त्रिया या काळात अतिस्थूल होतात त्यांचे पोट व कंबर सुटते, तर काही अतिकृश होतात.

एखाद्या विषयाची रचना व कार्य माहीत असेल तर त्या विषयाची सविस्तर माहिती घेणे सोपे जाते. म्हणूनच रजोनिवृत्तीवर बोलण्यापूर्वी स्त्री जननेंद्रियांची रचना व कार्य याची माहिती असणे गरजेचे आहे. स्त्री जननेंद्रिये व त्यांचे कार्य नीट समजावून घेतल्यास, या प्रकरणामुळे आपल्या मनातील गैरसमज दूर होऊन अनेक कठीण वाटणाऱ्या गोष्टी अधिकच सोप्या होऊन जातील.

केवळ डॉक्टर सांगतात म्हणून एखादी गोष्ट आंधळेपणाने करण्यापेक्षा ती समजावून घेतल्यास, तिचा आशय नीट समजून घेतल्यास अधिक योग्य होईल, असे मला वाटते. तसेच, डॉक्टरांनी दिलेल्या प्रत्येक सल्ल्यामागची त्यांची भूमिका आपल्याला जाणवल्याशिवाय राहणार नाही. डॉक्टरांच्या पोटतिडकीने दिलेल्या सल्ल्यास एक विकल्प म्हणून या पुस्तिकेकडे बघणे खचितच नुकसानकारक होईल. डॉक्टरांची प्रकर्षाने गरज केव्हा आहे किंवा

डॉक्टरांची सध्यातरी भेट न घेतल्यास काही बिघडणार नाही, याचा योग्य अर्थबोध होणे पण गरजेचे असते. अशा वेळी डॉक्टर आणि व्यक्ती यांच्यातील सेतू (फळी) म्हणून ही पुस्तिका खचितच काम करेल.

आकृतिबंध व शरीरक्रिया

माणसाचे शरीर हा एक प्रकारचा जैवसंगणकच आहे असे म्हणणे चुकीचे ठरणार नाही. यात कोणत्याही विकृतीचा विषाणू शिरून जैवशास्त्रीय संस्था बाद (करप्ट) होऊ नये, या शरीराला कमीत कमी सायास होऊन निरामय जीवन जगण्यासाठी आणि आपली कार्यक्षमता टिकवून ठेवण्यासाठी शरीररचना व तिचे कार्य माहिती असणे उपयुक्त असते. हेच या जैवशास्त्रीय संस्थेचे ॲन्टिव्हायरल अपडेटस, जेणेकरून ही सिस्टीम बूट होईल.

प्रस्तुत पुस्तकात 'रजोनिवृत्ती' हा विषय मुख्य असल्याने, आपण स्त्रीशरीराशी निगडित रचना व कार्य पाहणार आहोत. स्त्रीशरीराचे प्रमुख वैशिष्ट्यपूर्ण कार्य म्हणजे 'अपत्यजन्म'. हे ज्या आशयामार्फत केले जाते तो आठवा आशय म्हणजे गर्भाशय. हे कार्य स्त्री ज्या संस्थेमार्फत करते, तिला 'जननसंस्था' म्हणतात. म्हणून या प्रजनन संस्थेचाच विचार आपण येथे करू या.

या शरीर संस्थेची माहिती झाल्याखेरीज त्यातील दोष दृश्य, विकृती आणि ते रोग / विकृती होऊ नये म्हणून त्याविषयी घ्यायची

काळजी इ. समजणे अवघड होईल, म्हणूनच या प्रकरणाकडे आपण वळू या.

स्त्रियांची जननेंद्रिये

स्त्रियांची जननेंद्रिये दोन प्रकारांत विभागली जातात. मुख्य जननेंद्रिय व दुय्यम जननेंद्रिय.

मुख्य जननेंद्रियातील ज्या अवयवांची गर्भधारणा आणि प्रसूती या कार्यासाठी गरज असते, त्यांना प्रधान किंवा मुख्य जननेंद्रिये म्हणतात. त्यांचे पण बाह्य जननेंद्रिय व अंतर जननेंद्रिय अशा दोन विभागांत विभाजन होते.

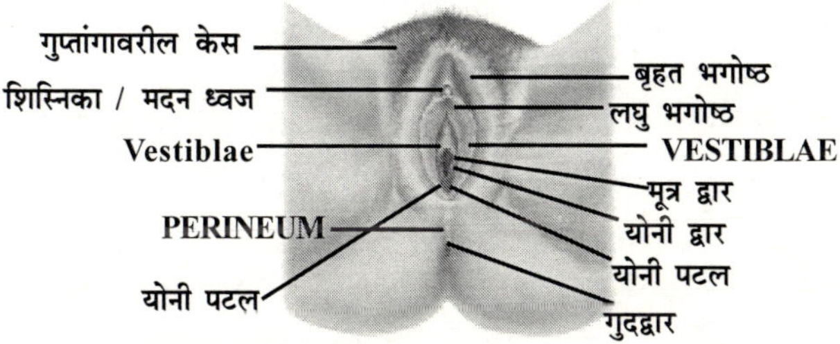

बाह्य जननेंद्रिये -

बाह्य जननेंद्रियात जास्त करून बाहेरून दिसणाऱ्या अवयवांचा समावेश केलेला आहे. गुप्तांग आणि योनी यात समाविष्ट आहेत.

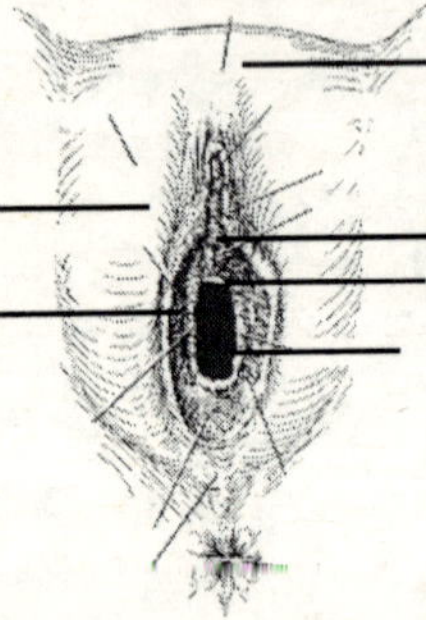

दोन्ही मांड्यांच्यामध्ये असलेल्या स्त्रीच्या अत्यंत महत्त्वाच्या आणि नाजूक अवयवाचे भाग पुढीलप्रमाणे -

१. शुक्राचा उंचवटा (Mons Venerum):

पोटाच्या सर्वांत खालच्या भागापासून गुप्तांगाच्या उंचवट्याचा हा भाग सुरू होतो, त्यालाच 'शुक्राचा उंचवटा' म्हणतात. हा भाग केसांनी आच्छादलेला असतो. हे केस शरीरावरील इतर केसांच्या मानाने जरा जाड व गडद असतात. तरीदेखील इतर केसांच्या रंगछटेतलाच यांचा रंग असतो. याचे क्षेत्र त्रिकोणाच्या आकारातच विस्तारित असते. नाजूक अशा बाह्य जननेंद्रियांचे संरक्षण करणे हे या केसांचे कार्य होय.

२. बृहत् भगोष्ठ (Labia Majora):

गुदद्वाराच्या पुढील बाजूस स्थित असणाऱ्या या अवयवाची रचना उभ्या ओठाप्रमाणे असून यास 'बृहत् भगोष्ठ' असे म्हणतात. हे जाड चरबीच्या थराचे बनलेले असते. मुलगी वयात आल्यानंतर या भागावर केस येतात.

३. लघु भगोष्ठ (Labia Minora) :

बृहत् भगोष्ठाच्या आत पाकळीप्रमाणे लघु भगोष्ठ सामावलेले असते. ते आकाराने लहान असते. त्यावर केस नसतात. या जोडीचे दोन्हीही भाग वरच्या बाजूस एकत्रित येतात व शिस्निकेचे (clitoris) पुढील टोक बनते.

४. शिस्निका /मदनध्वज (Clitoris):

योनिमार्गाचे द्वार व मूत्रमार्गाचे द्वार यांच्या वरील बाजूस वाटाण्याएवढ्या आकाराचा स्पंजसारख्या पेशींनी बनलेला अत्यंत संवेदनशील भाग दिसतो. हा अवयव संपूर्णपणे नाजूक त्वचेने आच्छादलेला असून, त्याचे टोक मात्र त्वचेच्या आच्छादनाबाहेर डोकावत असते. स्त्रीच्या कामोत्तेजित अवस्थेत हा भाग ताठर होतो व हे स्त्रीचे लैंगिक सुखाचे परमोच्च स्थान आहे.

५. मूत्रद्वार (Urcthral Meatus):

मदनध्वजाखाली लघु भगोष्ठात हे लघवी करायचे छिद्र दडलेले

असते. हे छिद्र व योनिमुख वेगवेगळे असतात, याची कित्येक मुलींना कल्पना नसते. त्यामुळे कधीकधी गंभीर अपघातही घडू शकतात.

६. योनिमुख (Introitus) :

मूत्रद्वाराच्या खाली योनिमुख असते. योनिमुख म्हणजे आतील योनीचे बाहेरील मुख. जन्मतःच या मुखावर त्वचेचा एक पातळ पापुद्रा असतो. त्याला योनिपटल (hymen) म्हणतात. या पडद्यास एक बारीक छिद्र असते. त्या छिद्रावाटे पाळीचा स्त्राव बाहेर पडतो. सर्वसाधारणपणे प्रथम संभोगाच्या वेळी हा पडदा फाटतो. त्यामुळे पुरातन काळापासून या पडद्यावरून स्त्रीने पूर्वायुष्यात संभोग केला आहे की नाही, हे ओळखण्याचा रिवाज पडला आहे. बहुतांश स्त्रियात, प्रथम संभोगाचे वेळी पडदा फाटतो त्या वेळी थोडासा रक्तस्त्रावही होतो. पूर्वी रोममध्ये लग्नाच्या पहिल्या रात्री शरीरसंबंधाच्या वेळी पडदा फाटून होणाऱ्या रक्तस्त्रावाने भिजून डाग पडलेले नववधूचे कपडे किंवा चादर आपली पत्नी पवित्र आहे हे सिद्ध करण्यासाठी घरातील वडीलधाऱ्या स्त्रियांना दाखवण्याची पद्धत होती. पण याला अवास्तव महत्त्व दिले गेले. हा पडदा इतका नाजूक असतो की संभोगाखेरीज हस्तमैथुन, सायकलिंग, घोडेस्वारी यामुळेदेखील हा पडदा फाटू शकतो. पण काही स्त्रियांत हा पडदा हळुवारपणे फाटल्यास अजिबात रक्तस्त्रावही होत नाही. याउलट, हा पडदा न फाटतादेखील स्त्रिया गर्भार राहिल्याची उदाहरणे आहेत.

यावरून स्त्रिया व पुरुष यांच्या जननसंस्थेतील महत्त्वाचा फरक लक्षात येतो तो हा, की पुरुषांना जनन संस्था व मूत्र संस्था या दोन्हीसाठी एकच वाट असते, तर स्त्रियांना मात्र या दोन्हीच्या भिन्न भिन्न वाटा आहेत.

अंतर जननेंद्रिये :

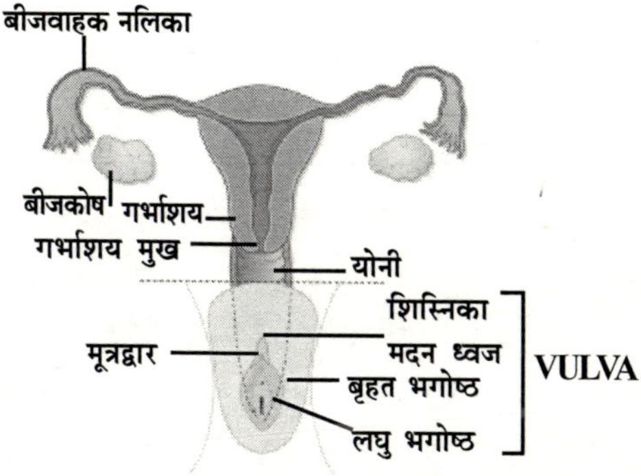

यात पुढील अवयवांचा समावेश होतो.

योनी (Vagina) :

गर्भाशय व योनिमुख यांना जोडणारा अवयव. योनीची सुरुवात बाहेरच्या बाजूस योनिमुखाजवळ व शेवट आतील बाजूस गर्भाशय

योनीग्रीवेजवळ (cervix) होतो. योनीचा आकार शकटाकृती असतो. योनीच्या स्नायूंची आकुंचन-प्रसरणक्षमता भरपूर असते. त्यामुळे कोणत्याही आकाराचे शिस्न त्यात सामावू शकते आणि प्रसूतीचे वेळी बाळाला वाट करून देणे, हेही त्याचे महत्त्वाचे काम असते. योनी ही कमालीची प्रसरणशील असल्याने, एरवी फक्त एक फट असणारा हा अवयव प्रसुती काळात बाळाचे डोके सामावून घेण्याइतपत प्रसरण पावू शकतो.

गर्भाशय (Uterus) :

सर्वांत महत्त्वाचा व सर्वांत चमत्कृतीपूर्ण असा हा अवयव. ३''× २''×१'' या आकाराचा अवयव गर्भिणी अवस्थेत संपूर्ण गर्भ सामावून घेऊ शकतो. गर्भाशयाची आतील बाजू ज्या अवयवाने आच्छादित असते त्याला जरायू (Endometrium) म्हणतात. गर्भाशय हे तीन आवर्तांनी युक्त असलेल्या योनीच्या तिसऱ्या आवर्तात असते. शंखाच्या आतील बाजूस जशी चक्राकार किंवा गोलाकार वळणे असतात तशी वळणे म्हणजे आवर्त.

१. प्रथमावर्तामध्ये योनीचे बाह्यमुख.
२. द्वितीय आवर्त योनिनलिका किंवा अपत्यपथापासून गर्भाशयग्रीवेपर्यंतचा भाग.
३. तृतीय आवर्तामध्ये गर्भाशयग्रीवा, गर्भाशयाच्या ज्या भागात गर्भधारणा होते तो भाग, आर्तववाहिन्या व फलकोश यांचा

अंतर्भाव होतो. प्राकृत अवस्थेत गर्भाशय पुरःप्रवर्तित (anteverted) असते. यावरून ते म्हणजे तोंडाकडे निमुळता व मागे पसरट होत गेलेला व गोलाकार असलेला असा अवयव.

गर्भाशय :

स्नायूंनी बनलेल्या स्त्रीचे ओटीपोटात कटिबंधाच्या पोकळीत गर्भाशय सामावलेले असते. याच्या वरील दोन्ही बाजूस बीजवाहक नलिका असतात.

बीजवाहक नलिका (Fallopian Tubes) :

गर्भाशयाच्या दोन्ही बाजूंना असलेल्या नलिका गर्भाशयात उघडतात. अंडाशयातून सुटलेल्या बीजांडांना गर्भाशयापर्यंत पोहोचवणे आणि शुक्रजंतूंना बीजांडाप्रत नेणे यासाठी या नलिका बीजांडकोशापासून गर्भाशयापर्यंत पसरलेल्या असतात.

बीजांडकोश किंवा अंडाशय (Ovaries) :

गर्भाशयाच्या दोन्ही बाजूंस एक याप्रमाणे बदामाच्या आकाराची ग्रंथी म्हणजे बीजकोश. यात स्त्रीबीजे सुप्त अवस्थेत असतात. मुलगी वयात आल्यानंतर बीजकोशातून दर महिन्याला एक याप्रमाणे एक स्त्रीबीज तयार होत असते. या ग्रंथीमध्ये स्त्रीधर्मीय संप्रेरके तयार होतात.

ही झाली सर्व मुख्य जननेंद्रिये. दुय्यम जननेंद्रियांत स्तनांचा समावेश होतो.

'स्तन' हा स्त्रीसौंदर्याचे प्रतीक असलेला मुख्य अवयव. यौवनावस्थेत आपल्या उभाराने पुरुषाच्या आकर्षणाचे प्रमुख केंद्र असलेला हा अवयव निसर्गाने मात्र अपत्यपोषणाच्या जबाबदारीची योजना म्हणून निर्माण केला आहे. मनुष्याच्या शरीरात जरी छातीवर स्तनबीजांच्या एका जोडीची वाढ दिसत असली तरी इतर ठिकाणीही स्तनबीजे थोड्याफार प्रमाणात वाढलेली दिसतात. अशी अर्धवट किंवा न वाढलेली स्तनाग्रे कित्येक वेळा तीळ समजले जातात. कधीकधी छातीशिवाय इतर ठिकाणच्या स्तनांची पूर्ण वाढ होऊन त्यात दूध तयार होऊन त्यावर बालकाचे पोषण झाल्याची उदाहरणे आहेत. तर याउलट, एखाद्या स्तनाची बिलकूल वाढ न झाल्याने स्त्री एकस्तनी असल्याची पण उदाहरणे आढळतात.

स्तनांची रचना - त्यात मुख्यत्वेकरून दोन प्रकारच्या पेशी असतात : १) स्तनांना आकार देणाऱ्या २) स्तनांचे कार्य करणाऱ्या. स्तनांच्या अग्रभागी चुचुक Nipple areola असून त्याभोवती कृष्णमंडल असते. स्तन्यवाहिन्या सर्व स्तनातून याच चुचुकांशी एकत्र येतात. दुसरी पेशी संस्था म्हणजे चरबीने युक्त भाग. स्तनग्रंथींना संरक्षण देणे, हे यांचे मुख्य कार्य, तसेच स्तनांना आकार देऊन त्यांचे सौंदर्य वाढवणे, हे आणखी एक कार्य.

स्तनातील वाढलेल्या या ग्रंथींवर गर्भारपणी वाढणाऱ्या ईस्ट्रोजन व प्रोजेस्टेरॉन या संप्रेरकांचा परिणाम होऊन त्यांचा रक्तपुरवठा बराच वाढतो, त्याचा आकार वाढतो या ग्रंथीचा आकार वाढतो. या संप्रेरकांच्या परिणामस्वरूप स्तन दुग्धोत्पादन करू शकतात.

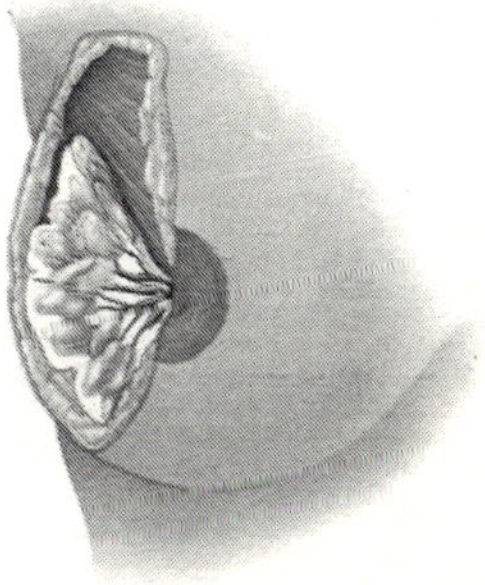

स्त्रीचे शरीरात गर्भारपणी बाळाच्या पोषणाचे दृष्टीने बरेच बदल घडतात. ईस्ट्रोजन व प्रोजेस्टेरॉन या दोन संप्रेरकांचे स्त्रीशरीरातील प्रमाण प्रचंड मात्रेत वाढते. त्याचे परिणामस्वरूप स्तन वृद्धिंगत होतात. गर्भारपणाच्या शेवटचे दिवसांत ही द्रव्ये मोठ्या प्रमाणात नाळेतून वारेमार्फत गर्भाच्या शरीरात जातात. याचा परिणाम म्हणून जन्मल्याबरोबर मुलीचे स्तन थोडेफार मोठे असतात व ते दाबल्यावर त्यातून थोड्या प्रमाणात दूध बाहेर येते. नवजात मुलींना दोन-चार दिवसांत पाळीसुद्धा येते. नवजात बालपणात आईच्या शरीरातून नाळेवाटे बरेच ईस्ट्रोजन व प्रोजेस्टेरॉन मुलीच्या शरीरात आल्यावर त्यांच्या छोट्या गर्भाशयात अंतःत्वचेची छोट्या प्रमाणात वाढ होते व ते मोठे होते. पण जन्मानंतर हा पुरवठा थांबल्याने बाळाचे शरीरातील या संप्रेरकांचा हळूहळू नाश होतो. याचा परिणाम म्हणून ही छोटीशी अंतःत्वचा बाहेर फेकली जाऊन छोटीशी पाळी येते. त्यामुळे नवजात मुलीच्या योनिमार्गावर पहिले चार-पाच दिवस रक्त दिसल्यास घाबरू नये.

स्तनांची निगा-

मुळात स्त्रियांचे लक्ष स्वतःचे सौंदर्य खुलवण्यावर असल्याने, आपले स्तन प्रमाणबद्ध, उठावदार, सुडौल दिसतील याकडे त्यांचा कल असतो. तसेच, प्रसूतीनंतर ते बेडौल होऊ नयेत म्हणूनही त्या जपत असतात.

वयाच्या अकरा वर्षापासून मुलीच्या स्तनांची वाढ होऊ लागते. सुरुवातीला छोटेसे 'गाठरूप' असलेले हे स्तन काही वर्षांत पूर्णपणे वाढतात. या वयात त्यांची काळजी घेतल्यास ते अतिशय प्रमाणबद्ध होतात. स्तनांचा हा आकार आनुवंशिक घटकांवर ठरतो. त्यामुळे प्रत्येक स्त्रीचे स्तन उन्नत व उभार असलेले असतीलच असे नाही. त्यामुळे ईस्ट्रोजनचा वापर केल्यास स्तन उन्नत होण्यास थोडाफार फायदा होतो. वयात आल्यानंतर आपल्या स्तनांच्या आकाराला योग्य प्रकारे बसतील अशा ब्रेसिअर्स वापरणे गरजेचे असते. या ब्रेसिअर्स स्तनांना खालून व्यवस्थित आधार देणाऱ्या असाव्यात. स्तनचुचुकांना जखमा होऊ नयेत याची काळजी घ्यावी. जखमा झाल्यास त्या ठिकाणी जंतुनाशक मलम लावून त्या चिघळू नयेत म्हणून काळजी घ्यावी. या जखमा बऱ्या न झाल्यास गर्भारपणी व प्रसूतीनंतर बाळाचे पोषण करताना पुन्हा उकलून येतात व त्रास देतात. थंडीच्या दिवसांत स्तनाग्रांना कोरडेपणामुळे भेगा पडतात. त्यावर व्हॅसलिन लावून त्याचा कोरडेपणा कमी करावा.

गर्भारपणी सहा आठवड्यांनंतर स्तनात बदल घडून गेतात. स्तनांचा आकार वाढून ते जाड होतात. लहान वयात गुलाबी असणारी स्तनाग्रांभोवतीची वर्तुळे ही अधिक गडद होऊन त्यांचा आकारही वाढतो. एकदा ही स्तनाग्रे काळी पडली की ती काळीच राहतात. यावरून स्त्री पूर्वायुष्यात कधी गर्भिणी राहिली होती हे समजू शकते. गर्भिणी अवस्थेत स्तन दाबल्यास त्यातून पांढरा, पारदर्शक असा

चिकासारखा पदार्थ बाहेर येतो व स्तन खूप दुखतात. गर्भधारणा जशी पुढे पुढे जाते, तसा स्तनांचा आकार वाढतो. त्यामुळे चौथ्या महिन्यानंतर ब्रेसिअर्सचा साइझ बदलावा. तसे न केल्यास स्तनाग्रे आतील बाजूस दाबली जातात. त्यामुळे बाळाला दूध प्यायला त्रास होतो. या काळात ब्रेसिअर्स वापरण्याची नितांत गरज असते. ब्रेसिअर्स न वापरल्यास स्तनांना आधार न मिळाल्यामुळे ते ओघळू लागतात. बाळाला व्यवस्थित दुग्धपान करता यावे म्हणून गर्भिणी अवस्थेत रोज अंघोळीनंतर स्तनाग्रे बोटांच्या चिमटीत धरून पुढे ओढावीत. स्तनाग्रे आत जात नाहीत. प्रसूतीपूर्वी स्तनाग्रांना जखमा झालेल्या असल्यास त्या ठिकाणी जंतुनाशक मलम लावून जखमा बऱ्या कराव्यात. अन्यथा, बाळ दुग्धपान करताना त्या दुखतात व बाळाला दुग्धपान करणे अवघड जाते. कित्येकदा तीव्र वेदनांमुळे बाळाला दूध पाजणे अवघड जाते व आईचे दूध बंद करण्याची वेळ येते. किंवा त्याकडे दुर्लक्ष केल्यास बाळाला दूध पाजता न आल्याने त्या ठिकाणी दूध साठून स्तनात गळू होऊ शकते.

आपल्या भारतीय प्राचीन आयुर्वेद शास्त्रानुसार स्त्रीशरीराचा विचार पुढीलप्रमाणे केला आहे.

स्त्रीशरीरात गर्भाशय हा आठवा आशय आहे. 'पुनरुत्पत्ती' हे सजीवांचे मुख्य कार्य असते. पुनरुत्पत्तीसाठी आवश्यक असा मुख्य अवयव 'गर्भाशय' स्त्रीशरीरात असतो. सुखी कामजीवन, मनाचा आनंदीपणा व अपत्यनिर्मिती अशी सार्वदैहिक घडण गर्भाशयावर

अवलंबून असते. हा गर्भाशय कटी भागात असल्याने स्त्रीशरीरात कटिरभाग विस्तृत असतो, तर पुरुष शरीरात 'ऊर' रुंद असतो. गर्भाशयात गर्भधारणा होऊन नऊ महिनेपर्यंत गर्भाची वाढ होणे व सुखप्रसव यासाठी कटिरभाग विस्तृत असण्याची गरज असते. प्रत्येक शरीरानुसार याच्या परिघामध्ये थोडाफार फरक असू शकतो. यौवनावस्था आल्यानंतर पृथुश्रोणित्व व स्तनवृद्धी होते. पृथुश्रोणित्व हे जसे सौंदर्याचे लक्षण आहे, तसेच ते सुदृढ आरोग्याचे लक्षण आहे.

श्रोणीभागाचे अस्थी :

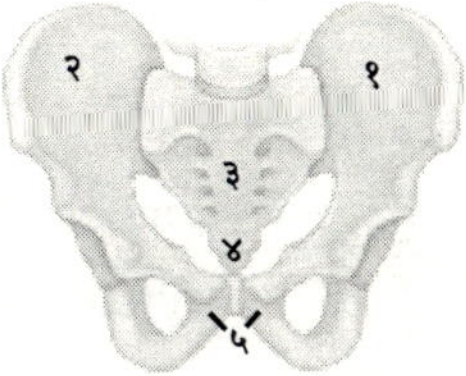

१ - २. श्रोणिफलक (नितंबास्थी)
३. त्रिकास्थी, ४. गुदास्थी,
५. भगास्थी

१) नितंबास्थी :

श्रोणीगुहा निर्माण होण्यासाठी दोन नितंबास्थी (आकाराने चपटे असल्याने त्यांना कपालास्थी म्हणतात.) बाजूमध्ये गुदभागी एक (गुदास्थी) भगभागी एक (भगास्थी) त्रिकभागी एक (त्रिकास्थी) असे

एकूण पाच अस्थी असतात. गुदास्थी आणि त्रिकास्थी हे एकावर एक असतात आणि दोन श्रोणीफलक जेथे एकत्र होतात, त्याला भगास्थी म्हणतात.

अशा प्रकारे दोन श्रोणीफलके व एक भगास्थी मिळून श्रोणीगुहा (Pelvic Cavity) होते. यात वरचा भाग रुंद व खालचा भाग निमुळता व पोकळ असतो. प्रसवाच्या वेळी गर्भाचा प्रवास या श्रोणिगुहेतून (Pelvic Cavity) सुकर होण्यासाठी या हाडांना वळणे असल्याने गर्भशीर या अस्थिमय गुहेतून नैसर्गिकरीत्या बाहेर येऊ शकते.

२) भगास्थी :

हा अस्थी साधारणपणे २५ वर्षांनंतर स्थिर होऊ लागतो. त्याचे मृदुत्व कमी होऊ लागते. त्यामुळे वय वाढल्यावर स्वाभाविक प्रसव (Normal Delivery) होणे कठीण जाते. २५ वयापर्यंत तो मृदू असल्याने प्रसूतीच्या वेळी तो थोडा विस्तृत झाल्यामुळे या वयापर्यंत स्वाभाविक प्रसव व्हायला मदत होते.

३) त्रिकास्थी :

हा पाठीच्या मणक्यांचा शेवटचा भाग असून, आकाराने लहान व खालच्या बाजूने गुदास्थीला जोडलेला असतो. या ठिकाणी चार हाडांचा संयोग झालेला असतो, हे आपण वर पाहिले आहेच. हा संधी थोडा सरकता असल्याने तो प्रसूतीच्या वेळी मदत करतो. नितंबास्थीची दोन हाडे ही त्रिकास्थीशी जेथे जोडलेली असतात, तेथे थोडी पोकळी

असते. हा श्रोणिगुहेतील खालचा भाग असल्याने कटिरप्रदेशाचे अधोभागी वेदना उत्पन्न झाल्यास त्या बरेच वेळा त्रिकभागी जाणवतात. उशिरा गर्भधारणा झाल्यासही या भागी शूल जाणवतो. गुदास्थीचाच अनुत्रिकास्थी असाही उल्लेख आढळतो.

स्त्री व पुरुष शरीरात नऊ बहिर्मुख स्त्रोतसे (वाहक पथ) असतात. श्रवण दोन, नयन दोन, घ्राण दोन, वदन एक, गुद व मूत्रमार्ग एक. याशिवाय स्त्री शरीरात तीन बहिर्मुख स्त्रोतसे अधिक असतात. दोन स्तन आणि एक रक्तपथ.

रक्तपथ (vaginal canal) या बहिर्मुख वाहक पथाच्या वरच्या भागात पिंपळपानाप्रमाणे आकृती असणारा, कामोत्तेजित अवस्थेत अत्याधिक ताठर होणारा अतिशय संवेदनशील असा हा भाग असतो ज्याला 'स्मरातपत्र' (clitoris) म्हणतात. याच्या खाली रक्तपथ असतो. गर्भाशयाच्या अंतर्भागात तयार झालेला रजोभाग या रक्तपथामार्फत तीन दिवसांपर्यंत बाहेर फेकला जातो, त्यानंतर बहिर्मुख स्त्रोतसाचे हे कार्य कमी होते व हे स्त्रोतस पुढील वीस-पंचवीस दिवसांपर्यंत कामजीवनात स्पर्श, उत्तेजना यामार्फत सहभागी होते. गर्भधारणा झाल्यावर हाच वाहकपथ विस्तृत होऊन गर्भाशयस्थित गर्भास स्वाभाविकपणे बाहेर टाकून पुन्हा मूळ आकारमान घेतो.

योनिगत नाडी -

समीरणा, चंद्रमुखी, गौरी या तीन नाड्या मनोव्यापाराशी निगडित

असतात. मनोव्यापाराशी निगडित असल्याने स्पर्शसुखातून उत्तेजना येते. समीरणा नाडी स्मरातपत्र या भागाशी कार्यरत असल्याने कामपूर्ती होते. पण या ठिकाणी शुक्रस्राव झाल्यास अपत्यनिर्मिती होऊ शकत नाही.

अपत्यपथ किंवा योनिनलिकेच्या मध्यभागी प्रधानतेने 'चांद्रमसी नाडी' ज्या स्त्रियांमध्ये कार्यरत असते, ती स्त्री रतिसुखात लवकर संतुष्ट होणारी असते व अशा स्त्रीला मुलीच होतात. 'गौरी' नावाची नाडी गर्भाशय मुखापाशी असते. ही नाडी ज्या स्त्रियांत कार्यरत असते, त्या स्त्रियांची कामेच्छा अधिक तीव्र असते. तिला अधिक रतीने संतुष्ट करावे लागते व अशा स्त्रीला जास्ती करून मुलगेच होतात. हा विचार केवळ आयुर्वेदशास्त्रातच केलेला आहे. हा केवळ रचनात्मक विचार नसून मनोव्यापाराशी जवळून निगडित आहे. म्हणूनच सुखी कामजीवन व अपत्यनिर्मिती या केवळ यांत्रिक घटना नसून, या ठिकाणी कामजीवनात मनःपूर्ती व मनःशांती मिळणे, हा महत्त्वाचा भाग आहे.

त्र्यावर्तायोनी -

१. प्रथमावर्तामध्ये योनीचे बाह्यमुख.
२. द्वितीय आवर्त म्हणजे योनिनलिका किंवा अपत्यपथापासून गर्भाशयग्रीवेपर्यंतचा भाग.
३. तृतीय आवर्तामध्ये गर्भाशयग्रीवा, गर्भाशयाच्या ज्या भागात

गर्भधारणा होते तो भाग, आर्तववाहिन्या व फलकोश यांचा अंतर्भाव होतो. प्राकृत अवस्थेत गर्भाशय पुरःप्रवर्तित (antevcrtea) असते. यावरून तो म्हणजे तोंडाकडे निमुळता व मागे पसरट होत गेलेला व गोलाकार असा हा अवयव.

प्रथमावर्त :

याची सुरुवात बाह्य योनीपासून होते. हा भाग पेशीमय असतो. स्नायूसदृश व अत्यंत मृदू अशा दोन पेशी बाह्य योनीभागी असतात. या दोन वर्तुळाकार पेशींमुळे योनिद्वार निर्माण होते. या मृदू पेशींमुळे योनीसंकोचाचे कार्य होते. शंखाचा आकार जसा मध्यभागी मोठा व दोन्ही बाजू त्या मानाने संकुचित असतो, त्याप्रमाणे योनिमार्ग संकुचित असून, गर्भाशयाचा भाग विस्तृत असतो. प्रथमावर्तातील पेशी ज्या ठिकाणी एकमेकांना छेदतात, त्या ठिकाणाच्या वरच्या बाजूस स्मरातपत्राचा खालचा भाग देठाप्रमाणे येतो. वरील बाजूस मूत्रद्वार, खालील बाजूस गुदद्वार व मधे योनिद्वार असते.

द्वितीय आवर्त :

हा अरुंद मार्ग असतो. हा मार्ग योनीचे बाह्यमुखापासून गर्भाशयापर्यंत गेलेला असतो. यालाच 'अपत्यपथ' असेही म्हणतात. अपत्यपथाचा बाह्य योनीपासूनचा भाग कामजीवनात सहभागी होत असतो. या ठिकाणी मृदुत्व असते. पेशीमय असलेल्या या भागाला स्थितिस्थापकत्व असल्याने गर्भशीर सहज बाहेर येऊ शकते व स्वाभाविक प्रसव होऊ

शकतो. हा मार्ग मृदू राहण्यासाठी एक प्रकारचा 'श्वेतस्राव' स्रवत असतो.

तृतीय आवर्त :

या भागात रोहित मत्स्य मुखाकार गर्भशय्या असते, त्यास गर्भाशय म्हणतात. यातच आर्तववाहिन्या, फलकोश यांचा अंतर्भाव होतो. कटिरपोकळीत जवळजवळ मध्यभागी गर्भाशय असते. गर्भाशय व गर्भाशय मुख हे त्याचे दोन मुख्य भाग असतात. गर्भाशय मुखाच्या मध्यभागी एक छिद्र असते. या छिद्रातूनच रजोदर्शन व शुक्राणूप्रवेश होतो. रजोदर्शनानंतर काही दिवसांपर्यंत हे द्वार विवृत असते. त्यानंतर ते संकुचित होते. गर्भाशयग्रीवा ही नलिकेप्रमाणे असून, तिची लांबी अडीच सेंमी असते. नलिकेतून आतील बाजूस गर्भाशय जोडलेले असते. दुसऱ्या बाजूस अपत्यपथ जोडला जातो.

गर्भाशय त्रिकोणाकर भाग असून, वर रुंद व खाली निमुळते असते. याच्या वरील भागास गर्भशय्या व खालील भागास गर्भाशय मुख म्हणतात.

फलकोश :

बदामाच्या आकाराचे फिकट पांढऱ्या रंगाचे व सच्छिद्र असतात. अंतःफल हे आर्तववाही धमन्यांशी निगडित असतात. आर्तववाही धमन्या एका बाजूने गर्भाशयाशी व दुसऱ्या बाजूने अंतःफलाशी निगडित असतात. गर्भाशयापासून अंतःफलाकडे व अंतःफलापासून गर्भाशयाकडे रक्ताचा किंवा आर्तव धातूचा प्रवास चालू असतो.

अंतःफल :

अंतःफल म्हणजे ओव्हरीज. आतील बाजूने पसरलेल्या दोन मोठ्या पेशींच्या आधाराने अंतःफल राहते. आर्तववाहिन्या या अंतःफलाशी निगडित राहतात. यामध्ये प्रत्येक महिन्याला बीज तयार होते. अंतःफलाची संख्या दोन असते. मांसपेशींच्या बंधनाने आवृत कटिर भागी एक असे दोन अंतःफल डाव्या व उजव्या बाजूला असतात. या अंतःफलाचे आकारमान वाढल्यास किंवा तेथे ग्रंथी (cyst) किंवा तेथील मांसपेशींची वृद्धी झाल्यास (tumour) मूल होऊ शकत नाही. या कोणत्याही कारणाने आर्तववाहिन्यांकडे जाणारा मार्ग रुंद होतो. ही अंतःफले प्राकृत स्थितीत असतात, तेव्हा स्त्रीशरीरात बीजनिर्मिती करतात व आर्तवाचा सारभूत भाग या ठिकाणी स्रवण होतो. या सूक्ष्म भागाच्या गर्भाशयातील आतील स्तरात (endometrium) स्थूलत्व येते व रक्तसदृश असा आर्तव गर्भधारणेसाठी सक्षम स्वरूपात राहतो. गर्भधारणा न झाल्यास ते पुराण आर्तव रजरूपाने बाहेर टाकले जाते. आर्तव हे बीजरूपाने अंतःफलामध्ये तयार होते व गर्भाशयातील अंतःस्तरात तेथील रक्ताशी मिश्रित होऊन राहते व गर्भधारणा न झाल्यास रजरूपाने बाहेर पडते. बीजनिर्मिती (अंतःफलात) झाल्यानंतर त्याचा शुक्राशी संयोग होऊन गर्भधारणा झाली नाही, तर गर्भाशयातील अंतःत्वचेमार्फत गर्भशय्येचा तयार केलेला भाग बाहेर फेकला जातो. हा भाग फेकला जात असताना गर्भाशयाचे मुख उघडले जात नाही. केवळ संचित रज बाहेर फेकले जाते. स्त्रीबीजनिर्मिती साधारणपणे

एक महिन्याने होते व त्यानंतर फलकोशामार्फत प्रेरणा मिळून पुराण आर्तव बाहेर टाकले जाते. हे तीन दिवसांपर्यंत बाहेर टाकले गेल्यानंतर त्या ठिकाणी नवीन आर्तव परत तयार होते व साठू लागते. अशा प्रकारे दर महिन्याला चक्राकार परिवृत्ती चालू राहते. यालाच मासिक पाळी म्हणतात. प्रत्येकीच्या तब्येतीप्रमाणे हा काळ २२, २४, २६, २८, ३२ दिवसांचा हा काळ असतो. म्हणूनच साधारणपणे एक महिन्याने पाळी सुरू होते. हा काळ आधी आल्यास किंवा पुढे गेल्यास विकृती समजावी.

रंग ऋतूंचे

मुलीला जन्मापासूनच की काय कोण जाणे, तिच्या स्त्रीत्वाची ओळख पटलेली असावी, कारण तिच्या वागणुकीत आपल्याला या स्त्रीअनुरूप भावनांचा स्पर्श प्रत्ययाला येतो.

सर्वसाधारण नाजूकपणा, हालचालीत मार्दवता, मोहकता, लाजाळूपणा भातुकलीसारखे खेळ खेळणे, बसून लघवी करणे यासारख्या कित्येक गोष्टी त्यास पुष्टी देतात.

तरीही, 'मी आज फूल झाले' असे म्हणताना तिच्या स्त्रीत्वाची खरी ओळख तिला पटते ती वयात येताना. कळीचे फूल होणे किंवा वयात येणे हा तिच्या आयुष्यातला महत्त्वाचा टप्पा म्हणता येईल. पुरुषांचा वयात येण्याचा दिवस आपण नक्की करू शकत नाही, पण स्त्रियांच्या बाबतीत मुलगी वयात आल्याचे लक्षण म्हणजे रजोदर्शनाचा दिवस! कारण या दिवशीच मुलीची स्त्री बनते. यालाच 'पदर येणे' किंवा 'शहाणे होणे' असेही शब्दप्रयोग वापरले जातात. मुलीची प्रथम पाळी सुरू होण्याचा हा दिवस तिच्या नकळत तिला मोठे करणारा, तिची जबाबदारी वाढवणारा, तिला जाणती करणारा, तिला परिपक्वतेकडे

नेणारा दिवस असतो.

जरी रजोदर्शनाच्या दिवशी मुलगी वयात येत असली तरी तिचे वयात येणे हे अचानक होत नसते. कित्येक वर्षे आधी म्हणजेच अर्भकावस्थेत असल्यापासून ही क्रिया दिसामासागणीक घडत असते. मासिक पाळी सुरू होण्यापूर्वी साधारणपणे एक ते दोन वर्षे आधी हे ठाशीव स्वरूपातील बदल आपल्या दृष्टीस पडतात. याला ईस्ट्रोजेन जबाबदार असते. काखेत आणि योनीवर केसांची वाढ, स्तनांची वाढ, योनीची पुष्टता यासारख्या गोष्टींमुळे मुलगी वयात आल्याची खूण पटते. प्रथम स्तनांच्या अग्रभागी असलेले स्तनचुचुक वर उचलले जातात. स्तन्यवाहिन्या या स्तनचुचुकाच्या ठिकाणी एकत्र येतात व स्तनांची वाढ होते, या क्रमाने स्तन पुष्ट होत असतात.

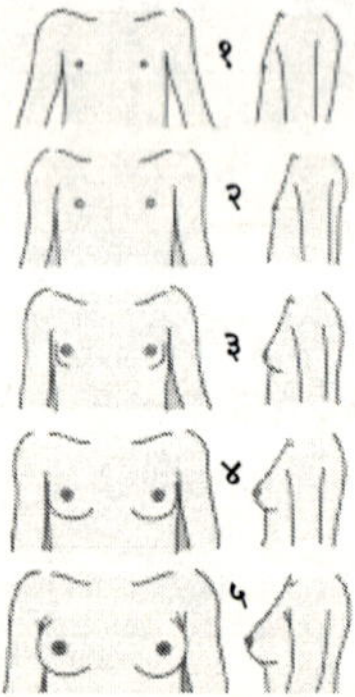

स्तनांची वाढ

किशोरावस्थेत नितंबास्थी अधिक विस्तृत होतो. बाह्य योनीचे आकारमान वाढते. मदनध्वजावर बारीक लव दिसू लागते. फलकोशामार्फत स्रवणारे अंतःस्राव हे यांचे प्रतीक असून त्याचे परिणाम शरीरावर व मनावर दिसतात. शरीराचा गरमपणा वाढणे, स्तनचुचुके उचलली जाऊन त्याभोवतीचे गुलाबी आवर्त थोडे मृदू होणे, स्तनपेशींची वाढ होणे हे दिसून येते. त्या ठिकाणी दुग्धग्रंथी, दुग्धवाहीशिरा व मांसतंतूंची वाढ होते. अशा प्रकारे स्तनांना दृश्य स्वरूप प्राप्त होते. काखेतील व गुप्तांगावरील केसांची वाढ याच वयात सुरू होते. बाह्य जननेंद्रियावरील त्वचेचा वर्ण जरासा काळपट दिसू लागतो. बृहत् भगोष्ठ, लघु भगोष्ठ, स्मरातपत्र आकाराने वाढतात. बाह्य जननेंद्रियाबरोबरच अंतर जननेंद्रियांची वाढ होते. योनीचा आकार वाढतो, त्वचा जाड होऊन योनीची प्रसरणशीलता वाढते. गर्भाशय, गर्भनलिका वाढून गर्भधारणेस योग्य होतात. स्त्रीबीजे पिकून बीजे सोडण्याच्या स्थितीत येतात आणि मग रजोदर्शनाचा दिवस येतो. मुलीला जरी पाळी आली तरी अवयवांच्या आकारात वाढ होतच राहते. रजोदर्शन साधारणपणे तेराव्या वर्षी होत असते. फारच थोड्या मुलींत हे वय सोळाच्या पुढे किंवा दहाच्या आत येऊ शकते. या मुलींना मानसिक परिपक्वता आलेली नसल्याने तिला मानसिक व शारीरिक आरोग्य राखण्यासाठी योग्य सल्ल्याची गरज असते. मुलींना पाळीच्या काळात शारीरिक स्वच्छता (hygiene) तसेच लैंगिक शिक्षण व गुप्तरोगांची व्यवस्थित माहिती द्यावी. मासिक पाळीत पाळावयाच्या स्वच्छतेमध्ये चांगल्या प्रकारचे सॅनिटरी नॅपकिन्स

वापरण्यावर भर द्यावा. तसेच आपल्या पाळीच्या तारखेसुमारास कुठेही बाहेर जाताना पॅड्स बरोबर नेण्याची सवय लावावी. तसेच हे पॅड्स पर्समधून नेताना स्वच्छ प्लॅस्टिकच्या पिशवीत जिला झिपलॉक आहे अशातून किंवा ती पिशवी दोन्ही बाजूने चिकटवून बंद करून त्यातून न्यावेत. अन्यथा जंतुनाशक असलेली पॅड्स खराब होतात. अस्वच्छ पॅड्स किंवा कपडा वापरल्यास जननेंद्रियांना जंतुसंसर्ग होऊ शकतो. या वयात तिच्या नाजूक भावना उद्दीपित होत असतात. अशा वेळी एखाद्या मोहाला बळी पडून अनावधानाने काही चूक झाल्यास, जसे गर्भधारणा ते गुप्तरोग होण्यापर्यंत, त्याची किंमत मोजावी लागते. या वयात मुलीला समजावून घेऊन, व तिच्या कलाकलाने घेऊन, परंतु तिला योग्य माहिती देऊन गोड बोलून शिस्त लावण्याचे कसब आईस पणाला लावावे लागते.

स्वतःच्या अस्तित्वाची, सौंदर्याची जाणीव त्यांना या वयात होऊ लागते. अशा वेळी चेहऱ्यावर येणाऱ्या मुरुमांमुळे या मुली हैराण होतात व हे फोड फोडून नष्ट करण्याच्या उद्योगाला लागून चेहऱ्यावर कायमस्वरूपी काळे डाग पाडून घेतात आणि स्वतःच्या सौंदर्याला बाधा आणतात. ही मुरुमे मुख्यत्वेकरून शरीरातील ईस्ट्रोजेन (स्त्रीत्वाचे द्रव्य) व अँड्रोजेन (पुरुषत्वाचे द्रव्य) यांच्यातील असमतोलामुळे निर्माण होत असतात. त्यांचा त्रास टाळण्यासाठी व फोड बसावेत म्हणून चेहऱ्याची त्वचा तेलकट राहता कामा नये. त्यासाठी कोणतेही सौंदर्यप्रसाधन वापरू नये. तसेच तेलकट वस्तूंचे अतिप्रमाणात सेवन

करू नये आणि शीतपेये व चॉकलेट यांचे सेवन करू नये. या फोडात जंतुदोष झाल्यास अँटिबायोटिक्स घेण्याची वेळ येते.

मुरुमांच्या फोडांप्रमाणे मुलींना बाहेरच्या जगापासून दूर नेणारी आणखी एक गोष्ट म्हणजे स्तनांची वाढ. वयात येण्याशी निगडित पहिला शारीरिक बदल म्हणजे स्तनांची वाढ होय. पाळी सुरू होण्यापूर्वी साधारणपणे वर्षभर, छातीला स्त्रीत्वाचा आकार येऊ लागतो. या वयात मुलींना स्तनांचे महत्त्व, त्यांचे सौंदर्यातील स्थान व मातृत्वातील उपयुक्तता याबद्दल माहिती असणे गरजेचे असते, नाहीतर काही जणी छातीवर उठणाऱ्या या दोन उभारांची लाज वाटून पाठीला पोक काढून चालतात किंवा छातीला बाक आणून स्तन लपवायचा प्रयत्न केल्यामुळे कायमची पाठदुखी मागे लावून घेतात. तसेच पाठीला कुबड येऊन शरीर बेढब होण्याची शक्यता असते.

मुलींच्या या वाढीच्या काळात त्यांच्या आहाराकडे योग्य तसे लक्ष न दिल्यास रक्तक्षय, अशक्तपणा यासारख्या लक्षणांना सामोरे जावे लागते. या वयात मुली लाजाळू बनतात व बाहेर खेळावयास जाण्यास उत्सुक नसतात. त्यांच्या व्यायामावर बंधने न आणता मैदानी क्रीडाप्रकार, योगासने करण्यास त्यांना प्रवृत्त करून त्यांच्या सकस आहाराकडे लक्ष देणे गरजेचे असते.

या वयात व्यायाम करूनही, मैदानी क्रीडा प्रकार खेळूनही वजन वाढतच असेल तर स्त्रीरोग तज्ज्ञांकडे दाखवणे गरजेचे असते. थायरॉइड, पिट्युटरी या दोन ग्रंथींपैकी कोणत्या तरी ग्रंथीच्या बिघाडामुळे लठ्ठपणा

येऊ शकतो. मुलगी वयात आल्यानंतर तिच्या हाडांची वाढ थांबल्यामुळे त्यानंतर तिची उंची फारशी वाढत नाही. या वयात अनेक मुलींच्या दृष्टीवर परिणाम होऊन चश्मा लावावा लागतो. म्हणून डोकेदुखीचा त्रास झाल्यास डोळे तपासून घ्यावेत. लैंगिक संबंध न घडलेल्या मुलीला अंगावरून पांढरे जात असल्यास, गुप्तांगावर कंड (खाज) सुटत असल्यास स्त्रीरोग तज्ज्ञाचे मत घ्यावे.

मासिक पाळी

"गर्भधारणा न झाल्याच्या दुःखात गर्भाशयाने ढाळलेले रक्ताश्रू म्हणजे मासिक पाळी." हे अतिशय समर्पक उद्‌गार आहेत एका स्त्रीरोग तज्ज्ञाचे. यात मासिक पाळीविषयी शास्त्रीय माहिती अचूक कळते. बीजांडकोशात निसर्गतः अपरिपक्व अशा स्त्रीबीजांचा साठा असतो. मुलगी वयात येईपर्यंत बीजांडकोशातील स्त्रीबीजांची वाढ चालू असते. मुलगी वयात आल्यावर एक-एक याप्रमाणे बीजांडे पूर्णपणे पक्व होऊन मासिक पाळी रूपाने बाहेर सोडली जातात. शरीरात पूर्ण महिनाभर घडलेल्या घडामोडींचे अंताला येणारे दृश्य स्वरूप म्हणजे चार दिवस होणारे रजोदर्शन. मासिक पाळीतून होणारा रक्तस्राव योनिमार्गाने होताना दिसत असला, तरी तो शरीरातील विविध ग्रंथींतून स्रवणाऱ्या संप्रेरकांच्या अंतरक्रियांचे दृश्य स्वरूप असतो. या सर्व ग्रंथीत बीजांडकोश (ovaries) महत्त्वाची भूमिका बजावतात. मुलगी वयात येईपर्यंत त्यांची वाढ होत असते. मुलगी वयात आल्यावर एक-एक याप्रमाणे बीजांडे पूर्णपणे पक्व होऊन मासिक पाळी रूपाने बाहेर सोडली जातात.

या ग्रंथीची दोन महत्त्वाची कार्ये म्हणजे दर महिन्याला वेळेवर बीजांड बाहेर सोडणे व ईस्ट्रोजेन आणि प्रोजेस्टेरॉन या द्रव्यांची निर्मिती करणे. मस्तिष्कतळाशी असलेली अँटेरिअर पिट्युटरी या ग्रंथीचे बीजांडकोशाच्या दोन्ही कार्यावर नियंत्रण असते. या अँटेरिअर पिट्युटरीपासून तयार होणारी फॉलिकल स्टिम्युलेटिंग हार्मोन (fsh), ल्युटिनाइसिंग हार्मोन (Lh), ल्युटेरोट्रॉपिक हार्मोन (Lth) ही संप्रेरके अंडाशयाचे कार्य व्यवस्थित चालू ठेवण्यास मदत करतात.

गर्भाशयाचा अंतःस्तर (एन्डोमेट्रियम) हा दर पाळीत वाढत असतो. याची वाढ ईस्ट्रोजेन या द्रव्यावर अवलंबून असते. याचे मुख्य कार्य गर्भधारणेला व्यवस्थित गादी निर्माण करणे, हे आहे.

स्त्रियांचे लिंगविषयक दुय्यम गुणधर्म

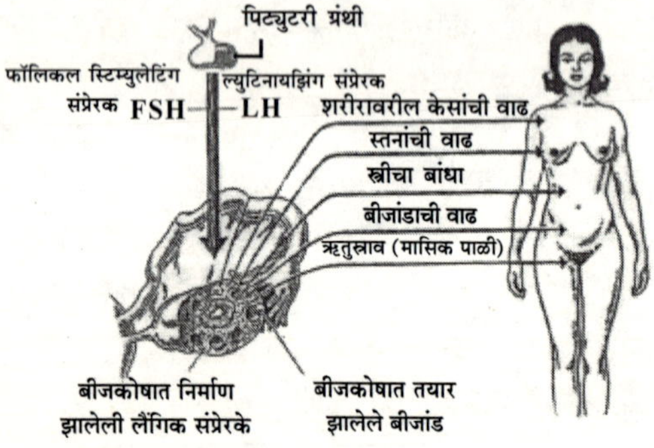

आता आपण मासिक पाळीची क्रिया कशी घडते हे बघू या. ज्या दिवशी पाळी सुरू होते, त्या दिवशी शरीरातील ईस्ट्रोजेन व प्रोजेस्टेरॉन यांचे प्रमाण खूप कमी असते. अँटेरिअर पिट्युटरीपासून तयार होणाऱ्या फॉलिकल स्टिम्युलेटिंग हार्मोन या संप्रेरकामुळे अंडाशयातील बीज पक्व होते. ही बीजांडे जसजशी पक्व होतात तसतशी त्यांच्यापासून ईस्ट्रोजेनची निर्मिती होऊ लागते व रक्तातील ईस्ट्रोजेनचे प्रमाण रोज वाढू लागते. या ईस्ट्रोजेनमुळे गर्भाशयातील अंतःत्वचा जाडसर होऊन गर्भधारणेला योग्य अशी गादी तयार करते. त्याचबरोबर रक्तातील ईस्ट्रोजेनच्या वाढत्या प्रमाणाचा परिणाम म्हणून अँटेरिअर पिट्युटरीपासून तयार होणाऱ्या फॉलिकल स्टिम्युलेटिंग हार्मोनची निर्मिती कमी होऊ लागते. ईस्ट्रोजेनने रक्तात ठरावीक पातळी गाठली, की अँटेरिअर पिट्युटरीपासून ल्युटिनाइसिंग हार्मोनची निर्मिती होते. या संप्रेरकामुळे अंडाशयातून बीजांड सोडले जाते. बीजांड एकदा बाहेर पडले की, ल्युटिनाइसिंग हार्मोनची पातळी एकदम खाली येते व त्याबरोबरच ईस्ट्रोजेनची पातळी खाली जाते.

अंडाशयातून बीजांड सुटल्यानंतर त्याच्या आवरणाचा (Corpus Luteum) जो भाग मागे उरतो, तो अँटेरिअर पिट्युटरीपासून तयार झालेल्या ल्युटेरोट्रॉपिक हार्मोन व ल्युटिनायझिंग हार्मोन या द्रव्यांनी संरक्षित राखला जातो. या बीजांडकोशापासून (Corpus Luteum) ईस्ट्रोजेन, प्रोजेस्टेरॉन या दोन द्रव्यांची निर्मिती सुरू होते. बीजांड जर फलित झाले, तर या ईस्ट्रोजेन व प्रोजेस्टेरॉनमुळे गर्भाची वाढ

होण्यायोग्य गर्भशय्या तयार होण्यास मदत होते. परंतु या (बीजांडकोशाचे) आयुष्य फक्त दहा दिवसांचेच असते. जसजसे रक्तातील ईस्ट्रोजेन व प्रोजेस्टेरॉनचे प्रमाण वाढायला लागते ल्युटेरोट्रॉपिक हार्मोनचे उत्पादन कमी होते, दहा दिवसांनी गर्भधारणा झाली नाही, तर या बीजांडकोशाची अखेर होते व त्यामुळे ईस्ट्रोजेन व प्रोजेस्टेरॉन या दोन द्रव्यांची पातळी खाली येते. मागे आपण पहिलेच आहे की गर्भाशयाची अंतःत्वचा वाढण्यासाठी, गर्भशय्या तयार होण्यासाठी ईस्ट्रोजेन व प्रोजेस्टेरॉन यांची गरज असते. पण या दोघांची पातळी खाली आली की गर्भशय्येला आवश्यक पोषण न मिळाल्यामुळे ती जेमतेम चार दिवस टिकते. त्यानंतर मात्र हा एन्डोमेट्रिअमचा (गर्भशय्येचा) वाढीव भाग योनीवाटे बाहेर फेकला जातो. साहजिकच या बरोबर थोडा रक्तस्राव होतो, यालाच 'मासिक पाळी' किंवा 'ऋतुस्राव' म्हणतात.

मासिक पाळीचे नैसर्गिक चक्र असते. मुली वयात येताना तसेच रजोनिवृत्तीदरम्यान काही काळापर्यंत पाळी अनियमित होऊ शकते. प्रथम रजोदर्शन झाल्यानंतर काही महिने पाळी अनियमित येऊन पुन्हा नियमित होते. पण वर्ष किंवा दोन वर्ष पाळी नियमित न आल्यास स्त्रीरोग तज्ज्ञाचा सल्ला घ्यावा.

मासिक पाळी जरी महिन्याच्या महिन्याला येत असली तरी ती आठ दिवस पुढेमागे होऊ शकते. काहींचे मासिक चक्र २६, तर काहींचे २८, तर काहींचे ३० दिवसांचे असते. प्रत्येक स्त्रीच्या शारीरिक घड्याळाप्रमाणे हे चक्र असते. पण २१ दिवसांपेक्षा कमी व

३५ दिवसांपेक्षा अधिक काळ हा मासिक धर्माची अनियमितता दर्शवतो आणि त्यासाठी स्त्रीरोग तज्ज्ञांचा सल्ला आवश्यक ठरतो. साधारणपणे पुढे येणाऱ्या पाळीच्या चौदा दिवस आधी बीजांड तयार होत असते. त्यामुळे त्या सुमारास स्त्री-पुरुषांचा शरीरसंबंध आल्यास, गर्भ राहण्याची शक्यता असते.

निरोगी स्त्रीमध्ये तसे पाहता पाळीच्या चार दिवसांतील स्रावामध्ये रक्ताचे प्रमाण सुमारे १०० ते १५० मिली इतके कमी असते. पण काही तथाकथित नाजूक स्त्रिया या काळात अशक्तपणा आल्याचे सांगतात. खरे पाहता इतक्या कमी रक्तस्रावाने अशक्तपणा मुळीच येत नाही. रक्तदानावेळी प्रत्येक स्त्री-पुरुषाने ३५० मिली रक्त देऊनही ते तास-दोन तासात कामाला [illegible] शकतात. म्हणून मासिक पाळीच्या वेळी होणाऱ्या रक्तस्रावामुळे अशक्तपणा आल्याचे कौतुक करू नये. पण पाळीच्या वेळी रक्तस्राव जर जास्त असेल तर स्त्रीरोग तज्ज्ञांचा सल्ला घ्यावा.

रजोदर्शन होणे ही एक महत्त्वाची नैसर्गिक घटना आहे. त्यात अपवित्र, अमंगल, घाणेरडे असे काहीच नाही. पूर्वी शिवाशिव किंवा बाजूला बसणे ही बंधने तिला घालण्याचे कारण त्या चार दिवसांत तिला पतीपासून दूर ठेवणे हे होते. आयुर्वेदानुसार मासिक पाळीचा स्राव चालू असतो त्या स्त्रीला 'रजस्वला' म्हणतात. या अवस्थेत स्त्रीने ब्रह्मचर्य पालन करणे आवश्यक असते. कारण या अवस्थेमध्ये सर्व योनिमार्ग क्षुब्ध झालेला असतो. अशा वेळी मैथुन त्रासदायक होण्याची

शक्यता असते. शिवाय, रजस्राव चालू असताना शुक्र हे ऊर्ध्वगामी होऊन गर्भधारणा होणे संभवनीय नसते. या काळात एक तर गर्भधारणा होतच नाही, झालीच तर ती टिकत नाही आणि टिकल्यास अपत्य मृत होते, असे ग्रंथकाराने सांगितले आहे. क्वचित जगलेच, तर ते विकृत शरीराचे होते, असेही वर्णन केले आहे आणि म्हणून रजस्वलेसाठी काही नियम घालून दिले आहेत, जसे की शरीरसंबंध न करणे, पतीचे दर्शन न घेणे, शृंगार न करणे, हलके अन्न घेणे.

पाळीच्या दिवसांत कित्येक स्त्रियांना पोटदुखी जाणवते, पाळीच्या वेळी पोट दुखणे हे प्रत्येक महिन्याला स्त्रीबीज तयार होण्याचे लक्षण असल्याने, त्याची काळजी करू नये. पोटदुखी जास्त प्रमाणात असल्यास वेदनाशामक औषध घ्यावे, पण त्यानेही न थांबल्यास स्त्रीरोग तज्ज्ञांकडे दाखवणे गरजेचे असते.

पाळीच्या उत्तरार्धात प्रोजेस्टेरॉन या द्रव्याचे प्रमाण वाढलेले असते. त्यामुळे पाळी सुरू होण्याच्या काही दिवस आधी, तसेच पाळीच्या चार दिवसांत स्त्रियांना स्तनात जडपणा जाणवतो, स्तनांना धक्का लागल्यास वेदना होतात, तसेच सर्व शरीरात जडपणा जाणवतो. वाढलेल्या प्रोजेस्टेरॉनमुळे शरीरातील मिठाचे पर्यायाने पाण्याचे प्रमाण वाढते. स्तन व नितंब इ. चरबीयुक्त अवयवातील मोकळ्या जागेत हे पाणी साचून (water retention) ते सुजतात. हा त्रास कमी करण्यासाठी आहारातील मिठाचे प्रमाण कमी करावे. काहींना या काळात जुलाब होतात. म्हणून या काळात ताजा, हलका आहार घेणे,

भरपूर पाणी पिणे व सरबते घेणे योग्य.

मासिक पाळीत शारीरिक स्वच्छता पाळणे गरजेचे असते. योनीद्वारा होणारा हा रक्तस्त्राव जंतूंच्या वाढीला पोषक असतो. त्यामुळे जंतुदोष होऊन तो पुढे गर्भाशय, गर्भनलिका अशा अंतरजननेंद्रियांना ग्रासतो. त्यामुळेही सतत पोटदुखी, कंबरदुखी, अंगावरून पांढरे पाणी जाणे यांसारख्या शारीरिक पीडा व क्वचित प्रसंगी वंध्यत्व असे दोष उद्भवतात. पाळीच्या वेळी कापड वापरणे योग्य नव्हे, कारण ते निर्जंतुक नसते. तसेच लज्जेमुळे ते कुठेतरी आडजागी वाळत घातल्याने, त्यावर धूळ व घाण बसून जंतुसंसर्ग होऊ शकतो. म्हणूनच चांगल्या कंपनीचे सॅनिटरी नॅपकिन्स वापरावेत.

गतऋता

तारुण्याच्या इर्षेतले
रजस्वलेचे गुपित मनातले
प्रणयात रंगले भान हरपले
बीज अंकुरले गर्भि रुजले
गोड गुपित हे मनी उमलले
दृश्यरूपी उदरी साकारले
यौवनाचे एक एक वर्षही सरले
कातरवेळी मन हे हिरमुसले
क्षीणली गात्रे आर्तवही रुसले
नाजूक तनूचे रूप जडावले
उरी धडधड मनी कालरव
क्षणे शीत क्षणे दाहते
कधी रुसणे कधी रागावणे
भयाण उदास मनही बावरे

स्त्रीचे खरे कार्य साधारणपणे तेराव्या वर्षाच्या सुमारास सुरू होते.

ज्या वेळी मुलीला प्रथम रजोदर्शन होते, त्या वेळी तिची स्त्री होते आणि तिच्या नैसर्गिक कार्याला पूर्णावस्था येते. पण तिच्या या अवस्थेला निसर्गाने मर्यादा घातली आहे. प्रजोत्पादनाचे कार्य झाल्यानंतर पुढील २५-३० वर्षांच्या काळात तिला रजोनिवृत्तीला सामोरे जावे लागते. सर्वसाधारणपणे स्त्री शरीरात कार्यकारी असणारे 'आर्तव' स्त्रीबीज हे रक्तसदृश असून, ते सातही धातूंचे सार आहे. मुलीला तिच्या तारुण्याची जाणीव करून देणारी मासिक पाळी जशी अचानक सुरू होते, तशी पाळी जाताना ती अचानक बंद होत नाही. साधारणपणे वयाच्या चाळिशीनंतर ती आपल्या गमनाची सूचना देऊ लागते. पंचेचाळीस ते पन्नास वर्षे वयामध्ये हळूहळू बंद होते. पाळी बंद होताना कधी कमी तर कधी अधिक प्रमाणात रक्तस्राव होतो. आयुर्वेद शास्त्राप्रमाणे ज्या स्त्रिया विधवा आहेत, ज्यांना पतिसुख कमी मिळते किंवा त्या सुखापासून त्या वंचित आहेत, अशा व खूप शारीरिक कष्ट करणाऱ्या स्त्रियांमध्ये रजोनिवृत्ती लवकर होते, ज्या स्त्रिया सधवा आहेत, ज्यांना भरपूर अपत्ये आहेत व ज्या आळशी आहेत, त्यांच्यामध्ये रजोनिवृत्ती उशिरा होते.

रजोनिवृत्ती होते वा मासिक पाळी बंद होते म्हणजे नक्की काय? रजोनिवृत्तीमुळे स्त्रीचे स्त्रीत्व संपते का? रजोनिवृत्तीमुळे स्त्रीचे वैवाहिक व भावनिक विश्व ढवळून निघते का? असे अनेक प्रश्न स्त्रियांना सतावत असतात.

वरील प्रश्नांचा आपण या ठिकाणी परामर्श घेऊ या. मासिक

पाळी म्हणजे काय हे आपण मागील प्रकरणात पहिले आहेच. यामधील दोन महत्त्वाचे मुद्दे- जन्माला येताना मुलगी ठरावीक बीजांडाचा साठा घेऊन आलेली असते, त्यामुळे काही काळानंतर ही बीजे संपतात. दुसरे असे की, ईस्ट्रोजेन व प्रोजेस्टेरॉन या दोन संप्रेरकांवर पाळी येणे अवलंबून असते. या द्रव्यांचे मुख्य उत्पादन हे बीजांडे व बीजांडकोश (बीजांड बाहेर पडल्यावर मागे राहिलेल्या पेशी Corpus Luteum) यापासून होत असते. त्यामुळे बीजांडे संपली की या संप्रेरकांचे उत्पादनही खूप कमी होते. परिणामस्वरूप रजोनिवृत्ती होते. तसे पाहता, रजोनिवृत्तीनंतरचे जीवन व मासिक पाळी येण्यापूर्वीचे जीवन या दोघांत साम्य असले, ते एकसारखेच असले तरी, मासिक पाळी येतेसमयी मुलगी आयुष्याच्या चढावावर, वाढीच्या मार्गावर असते आणि रजोनिवृत्ती वेळी स्त्री आयुष्याच्या उतरंडीवर येऊन ठेपते. तरुण वयात निरोगिता, उत्तम वर्ण, समतोल बांधा, उत्तम शरीरबल, कार्यक्षम बुद्धिमत्ता लाभलेली स्त्री रजोनिवृत्तीवेळी आपल्या या सर्व चांगल्या गोष्टी नाहीशा होणार, आपले सौंदर्य कमी होणार, आकर्षकता कमी होणार, विषयवासनेत प्रत्यवाय येणार, या विचारामुळे तिला आयुष्य नीरस वाटते. बऱ्याच वेळा हा ताण असह्य होऊन स्त्रिया आजारी पडतात. बहुतांशी हा कालखंड वय वर्षे ४५ ते ५८ असा असतो. चाळिशीपूर्वी व पंचावन्न वर्षांनंतर पाळी जाणे, हे अनियमित आहे.

पाळी जाते वेळी सुरुवातीला पाळी एखादा महिना चुकते. मग

परत काही महिने ती नियमित येते. पुढे पुढे सहा-सात महिने पाळी येत नाही, मग पुन्हा येते. अशा प्रकारे पाळी न येण्याचा कालखंड वाढत जातो आणि नंतर दोन ते तीन वर्षात ती अखेरची लुप्त होते. रजोनिवृत्तीवेळी शरीरात खूप परिवर्तन होते. गर्भधारणेला प्रतिबंधक म्हणजे अंतःफलाकडून बीजनिर्मिती बंद होते. क्वचित ओठावर व हनुवटीवर लव येऊ लागते. शरीर एकदम स्थूल किंवा बारीक होऊ लागते. चेहऱ्यावरील तेज, कोमलता कमी होऊ लागते. ईस्ट्रोजेन व प्रोजेस्टेरॉन यांच्या अभावामुळे स्त्रीच्या त्वचेवरील तकाकी कमी होऊन त्वचेला सुरकुत्या पडतात. तारुण्यात शरीराला उठाव देणारे स्तन ओघळल्यासारखे दिसतात. डोक्यावरच्या केसांबरोबरच काखेतील व गुप्तांगावरचे केस पिकू लागतात. स्त्रिया बेचैन होतात, चिडचिड करतात, याशिवाय झोप न येणे, चक्कर येणे, अंग गरम होणे, स्तनभागी व अधोदरात वेदना होणे, याशिवाय ढेकर येणे, तोंडाला चव नसणे, मलावष्टंभ होणे अशी सार्वदैहिक लक्षणे दिसतात. या दृष्टीने आर्तव निवृत्तिकाल हा स्त्री शरीरातील 'संक्रमक' काळ आहे.

मुख्यत्वेकरून आर्तवाचा गुण उष्ण असल्याने तो उष्ण गुण आर्तवाबरोबरच क्षीण होतो व शरीराचे तापमान कमी होते. त्यामुळे थंडी जास्त वाजणे, हात-पाय गार पडणे, हाता-पायाला मुंग्या येणे, अंग दुखणे, सांधेदुखी, भूक न लागणे अशी लक्षणे दिसतात. म्हणून या वेळी त्रिकटू सिद्ध तेलाने किंवा मोहरीच्या तेलाने अभ्यंग करणे गरजेचे असते. काही जणींमध्ये वारंवार अंग गार पडण्याची तक्रार

असते. अशा वेळी बलकारक, उष्ण, हृदयाला उत्तेजक असा आहार गरजेचा असतो. यासाठी एक चमचा बला तेल आणि एक चमचा शुद्ध तूप एकत्र घ्यावे. याकडे दुर्लक्ष झाल्यास तीव्र सांधेदुखी होण्याची शक्यता असते. व्हेरिकोज व्हेन्सचा त्रास वाढू शकतो. त्यामुळे तीव्र पायदुखी होऊन हलताही येत नाही. तसेच काही जणींना तीव्र डोकेदुखी, रक्तदाब, उन्हाळे लागणे व मधुमेहाची लक्षणे सुरू होतात.

बाह्य जननेंद्रियात मुख्यत्वेकरून बदल घडतात. याचे परिणाम म्हणून कदाचित वैवाहिक आयुष्यात वादळेसुद्धा उठू शकतात. पाळी गेल्यानंतर सर्वच जननेंद्रिये आकाराने लहान होऊ लागतात. आधार देणाऱ्या पेशींची शक्ती कमी होऊन योनिमार्ग दुबळा होतो, योनिमार्गाची त्वचा पातळ होऊन योनिगत श्लेष्मा कमी होतो, योनिमार्ग कोरडा होतो, योनीची आकुंचन-प्रसरण क्षमता लोप पावते. त्यातच जर योनीमार्गे प्रसूती झाली नसेल किंवा पूर्वप्रसूतीत तिच्या योनिमार्गात जरादेखील इजा झालेली नसेल, तर पाळी गेल्यानंतर काही दिवसांत योनिमुख आकुंचन पावू शकते. त्यामुळे वैवाहिक सुखात अडथळे येतात. यामुळे मनातल्या मनात रागावणे, धुसफुसणे, खिन्नता, जळफळाट होणे, मध्येच रडणे, स्वतःला असहाय समजणे यासारखी ओजक्षीणतेची लक्षणे दिसू लागतात व त्यामुळे असुरक्षिततेची भावना वाढीस लागते.

गर्भाशय लहान होते. त्याला आधार देणाऱ्या पेशी दुबळ्या झाल्यामुळे गर्भाशय योनिमार्गातून बाहेर येऊ शकते. योनिमुखाजवळ

लघवीची जागा असते. योनिमुख जसे आकुंचन पावते तशीच हीही जागा आकुंचन पावून लघवीचा त्रास सुरू होऊ शकतो. अर्थात, हे दोष प्रत्येक स्त्रीमध्ये पाहायला मिळतीलच असे नाही आणि प्रत्येक स्त्रीला होणारा त्रास हा त्याच तीव्रतेचा असेल असेही नाही. तसे पाहिल्यास पाळी गेल्यानंतर सुमारे ८५% स्त्रियांना पाळी गेल्याचा थोडाबहुत त्रास होतोच. पण हा त्रास अगदी क्षुल्लक स्वरूपाचा असतो. अशा क्षुल्लक कुरबुरींना आणि त्रासांना स्त्रिया दैनंदिन जीवनात सामावून घेतात. सुमारे ३०% स्त्रियांना यासाठी काही उपचारांची गरज असते. उपचार सुरू केल्यानंतर त्यांना काही दिवसात बरेही वाटते.

पाळी गेल्यानंतर स्त्रियांना शारीरिक व मानसिक असे दोन प्रकारचे त्रास होतात. शारीरिक त्रासात बहुतेक स्त्रियांना कानशिले गरम होणे, सर्वांगातून गरम लहरी (hot flushesh) वाहणे याचा अनुभव येतो किंवा कधीकधी अंगातून गरम वाफा निघत आहेत असे वाटते. या गरम वाफांमुळे त्यांना गुदमरल्यासारखे वाटते.

या काळात पचनशक्ती क्षीण होऊन कधी भूक लागणे, कधी न लागणे, पोट जड वाटणे यासारख्या तक्रारी सुरू होतात. अग्निमांद्य ही कायमचीच तक्रार होऊन बसते. अशा स्थितीत अरबट चरबट, जड, चमचमीत पदार्थ खाऊन जिव्हालौल्य भागवल्यास खाल्लेले अन्न न पचल्यामुळे सामता निर्माण होऊन हे दोष जेथे जेथे जातात तेथे तीव्र वेदना निर्माण करतात. यामुळे, तसेच सांध्यांची व हाडांची झीज

झाल्याने वयाच्या पंचेचाळिशीनंतर तीव्र सांधेदुखी निर्माण होते. वेदना तीव्र असल्याने पेनकिलर घेण्याची सवय जडते. पेनकिलरचा उपाय तात्पुरता असल्याने सांधेदुखी वाढतच जाते. अग्निमांद्य स्थितीत सतत जड पदार्थ खाल्ल्याने वाढणाऱ्या सामतेचा परिणाम हृदयस्थ धमन्यांवर होऊन तेथे अवरोध निर्माण होऊन कोरोनरी हृदयरोगाला सुरुवात होते. यासाठी आहारविहारावर नियंत्रण गरजेचे असते. आहारात फुलका, भाजी, मुगाचे वरण, भाकरी, दुधी, कोवळा मुळा, चाकवत पडवळ अशा भाज्या, मूग, मसूर, कुळीथ ही कडधान्ये यांचा समावेश असावा. साधे गोड ताक, ताजी फळे, हिरव्या भाज्या, मुस्ता-शुंठीसिद्ध जल यांचा उपयोग करावा. चिवडा, फरसाण, वेफर्स, बिस्किटे, भजी, वडापाव, सामोसे असे पदार्थ टाळावेत.

त्वचेवर होणारे परिणाम -

आपण जो षड्रसात्मक आहार घेतो त्यापासून रसरक्तादी सप्तधातूंचे पोषण व तर्पण होत असते. रसधातूच्या पोषणावरच त्वचेची कांती, सौंदर्य, सुकुमारता, प्रभा अवलंबून असते. तसेच कांती आणि प्रभा या गोष्टी आर्तवावरही अवलंबून असतात. आर्तव क्षयानंतर त्वचेच्या सुकुमारतेवर परिणाम होऊन त्वचा रुक्ष, कोरडी होते. त्वचेची स्निग्धता कमी झाल्यामुळे तिचा टोन वा स्थितिस्थापकत्व कमी होते. त्यामुळे त्वचेवर काळे डाग, सुरकुत्या, वांग निर्माण होतात. लहान वयात पाळी गेल्यास किंवा गर्भाशय निर्हरणाची शस्त्रक्रिया झाल्यास गंभीर

स्वरूपाचे आजार होऊ शकतात. गर्भप्रतिबंधक गोळ्या बऱ्याच काळ घेत राहिल्यास हृदयाच्या धमन्यांचा संकोच होऊन तीव्र स्वरूपाचा अवरोध होतो. त्यामुळे मधुमेह, उच्च रक्तदाब यासारखे आजार जडतात. याच काळात रजस्राव बंद झाल्यामुळे प्रचंड प्रमाणात वजन वाढून बाई गलेलठ्ठ होते. नितंब व स्तनांचा आकार वाढतो, पोटाचे स्नायूही शिथिल होतात. योग्य विश्रांती, नियमित व्यायाम, नियमित व वेळच्या वेळी योग्य आहार अशी दिनचर्या ठेवल्यास औषधे घेण्याची गरज पडत नाही. याशिवाय इतर शारीरिक व्याधींबद्दल पुढील प्रकरणात माहिती घेऊ.

निवृत्तीच्या उंबरठ्यावर विकृती

मानसिक आजार -

कित्येक जणींना विनाकारण चिंता करण्याची सवय लागते. या वयात मुले मोठी झालेली असल्याने त्यांना आईची तितकीशी गरज राहिलेली नसते. तसेच पतिपरमेश्वर आपापल्या व्यवसायात स्थिर झालेले असतात वा त्यांची कामाची जबाबदारी वाढलेली असते. त्यांना संसाराकडे लक्ष देण्यास वेळ नसल्याने या अशा स्त्रियांना एकटेपणाची जाणीव होऊ लागते. बाहेर गेलेली व्यक्ती जर लवकर परत आली नाही वा एखादे काम वेळेवर झाले नाही, तर त्या चिंता करत बसतात. ही चिंता ओढवून घेतलेली असते. तसेच या वयात बऱ्याच क्लेशकारक घटना घडत असतात. पाळी बंद झाल्यामुळे शरीरात होणाऱ्या बदलांमुळे बहुतेक स्त्रियांना आपले स्त्रीत्व गेल्यासारखे वाटते. मनोदौर्बल्य येऊन उदासीनता दिवसेंदिवस वाढू लागते. आपल्या पतीला पत्नी या नात्याने वैवाहिक सुख देण्यास आपण असमर्थ होणार, अशी भीती वाटू लागते. याच वयात मुलांची लग्ने, त्यांचे

संसार, सुनांची अस्मिता या घटना घडत असतात. यातील काही मनाप्रमाणे, तर काही वैचारिक बदलांमुळे मनाविरुद्ध घडतात. त्यामुळे आपण मुलांच्या संसारात अडगळ आहोत, अशी भावना त्यांना सतावते. जसजसे दिवस जातात तसतसे मित्रमैत्रिणी, नातेवाईक कोणी ना कोणी कालवश झाल्याच्या बातम्या कानावर येतात. त्यातच जीवनाचा प्रवास जीवनसाथीविना करावयाचा असेल, तर मनाचा भित्रेपणा व संसारिक विरक्ती अधिकच दाट होतात. त्यातच हाडे ठिसूळ होणे, स्नायूंची दुर्बलता हे वाढतच असते. वार्ध्यक्याच्या खुणा शरीराला भेडसावू लागतात. या सर्वांचा एकत्रित परिणाम म्हणून किरकोळ शारीरिक त्रास मोठे असल्याचे किंवा न झालेल्या आजारांचे भास सतावू लागतात. थोडक्यात 'भित्यापाठी ब्रह्मराक्षस' अशीच अवस्था होते. स्त्रियांत असणारी लक्षणे जर खरोखरच त्रासदायक असतील, तर डॉक्टरांना ईस्ट्रोजेन या द्रव्याचा वापर करावा लागतो. त्यामुळे वाढलेला त्रास एकदम कमी होतो. पण पाळी गेल्यानंतरच्या काळात या संप्रेरकाचा वापर करू नये. ईस्ट्रोजेन घेऊन बंद केल्यानंतर पुन्हा पाळीसदृश रक्तस्राव होऊ लागतो. खरंतर ही कृत्रिमरीत्या आलेली पाळीच असते. कर्करोगासारख्या भयानक रोगामुळेही योनीमार्गे रक्तस्राव होऊ शकतो. तसेच चाळिशीनंतर शरीरातील बऱ्याचशा पेशी कर्करोगाकडे वाटचाल करण्याच्या अवस्थेत असू शकतात. अशा परिस्थितीत ईस्ट्रोजेनमुळे त्यांचे कर्करोगपेशीत रूपांतर होऊन स्त्रीला कर्करोग होण्याची शक्यता असते.

रजोनिवृत्तीवेळी होणाऱ्या विकृती-

१) गर्भाशयस्थ अंकुर (Polyp):

कामाच्या ताणामुळे, जड वस्तू उचलल्यामुळे, सतत उभे राहून काम करण्याच्या सवयीमुळे, प्रवाहाणामुळे (कुंथून संडास करणे वा प्रसूतीवेळी कुंथून व बसून कळा देण्यामुळे) संकुचित असलेल्या या भागात अंकुर निर्माण होतो. तो बरेच वेळा एक ते दिड इंच लांब वाढतो व अंगठ्याएवढा जाड असून, कित्येकदा त्यांची संख्या एकापेक्षा अधिक असते (२ किंवा ३). यामुळे अधिक रक्तस्राव होण्याची शक्यता असते.

२) स्तनग्रंथी :

पाळी जाण्याच्या वेळी बऱ्याच वेळा स्तनातील ग्रंथी वाढतात, त्यातील धमन्या घट्ट व ताठ होतात आणि स्तन घट्ट होऊन त्यात सूज निर्माण होते (वॉटर रिटेन्शन). पाळी येण्यापूर्वी स्तनांमध्ये वेदना निर्माण होणे, स्तन जड होणे हीच सवय पाळी जातेवेळी अधिक प्रमाणात वाढते. ज्या स्त्रियांमध्ये अशी लक्षणे आढळतात, किंवा ज्या स्त्रीने बालकाला स्तनपान दिलेलेच नाही किंवा ज्यांच्या अधिक प्रसूती झालेल्या आहेत, त्यांना पाळी जाताना स्तनात वेदना होतात. पाळी लवकर चालू होऊन उशिरापर्यंत चालू राहिली, तर स्तनविकार संभवतात. क्वचितप्रसंगी स्तनांचा कर्करोगही होऊ शकतो.

३) गर्भाशय विकार :

रजोनिवृत्तीच्या काळात पाळी नियमित व वेळेवर येण्याचे प्रमाण कमी होऊन कधीकधी २- २ महिने येत नाही किंवा १५ दिवसांनी रक्तस्राव सुरू होतो. स्रावाचे प्रमाण कधी कमी असते, तर कधी वारंवार व अधिक प्रमाणात रक्तस्राव होतो. गर्भाशयाचा आकार वाढतो. क्वचित प्रसंगी गर्भाशयाच्या अंतःस्तरावर गाठ निर्माण होऊन अत्याधिक रक्तस्राव होतो.

४) अंग बाहेर येणे (Prolapse):

गर्भाशयाला आधार देणारे स्नायू शिथिल किंवा कमजोर झाल्याने हा त्रास होतो. अशा कमकुवत झालेल्या स्नायूंवर खोकला, बद्धकोष्ठ, लठ्ठपणा या गोष्टींनी उदरपोकळीतील दाब वाढून ताण पडल्यामुळ गर्भाशय खाली घसरते.

५) गर्भाशय स्त्रंश :

१- गर्भाशय हे स्वस्थानापासून खाली सरकते, पेशींच्या शैथिल्यामुळे गर्भाशयाचे वा योनीचे मुख विस्तृत होते, त्यामुळे योनिमुख उघडे राहून आतील मांसमय भाग बाहेर येतो २. भ्रंश - यात मूत्राशय व मलाशय हेही गर्भाशयाबरोबर स्वस्थानापासून जास्त प्रमाणात खाली सरकतात. यात मूत्राशयाचा खाली आलेला भाग हा अंड्यासारखा दिसतो.

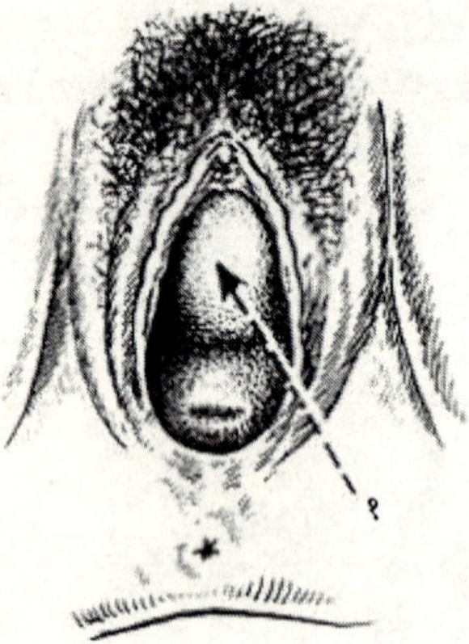

महायोनी-

संपूर्ण गर्भाशय योनिद्वारातून बाहेर आलेले दिसते. गर्भाशयासकट ग्रीवा योनीबाहेर डोकावते तेव्हा ती कपड्यावर घासली जाते व बसल्या जागेवर घासली जाऊन त्यावर जखमा होतात. या जखमांना जंतुसंसर्ग झाला तर तर त्यात पू होऊन वाहू लागतो. रजोनिवृत्तीदरम्यान स्त्रियांना भेडसावणारा आणखी एक त्रास म्हणजे पोटातील दाब वाढल्यामुळे लघवी आपोआप होणे. बहुतेक वेळा मूत्राशयाला झालेल्या जंतुसंसर्गामुळे हा त्रास होतो. अँटिबायोटिक्स दिल्यानंतर जंतुसंसर्ग निवारल्याने ही विकृती जाऊ शकते. पण गर्भाशयाबरोबर मूत्राशय खाली आल्याने हा त्रास होत असेल, तर त्याला शस्त्रक्रिया हाच उपाय असतो.

मेट्रोपथिया हिमरेजिका-

ही विकृती चाळिशीच्या आसपास सुरू होते. परंतु कधीकधी त्याआधीही हा त्रास सुरू होऊ शकतो. यात काही काळपर्यंत पाळीचा लोप होतो. यानंतर अचानक पाळी सुरू होते आणि मग ती अनेक दिवस चालूच राहते. या काळात रक्तस्राव खूप होतो. पुन्हा काही दिवसांनी रक्तस्राव थांबतो. मग पुन्हा काही महिन्यांपर्यंत पाळी येतच नाही. पाळी बंद झाल्यानंतरच्या काळात स्त्रीच्या शरीरातील ईस्ट्रोजनचे प्रमाण खूप कमी झाल्यामुळे योनीची अंतःत्वचा पातळ होते. त्यामुळे तेथील 'दोडरलेन्स बॅसिलाय' नष्ट होतात. यामुळे विविध जिवाणू त्यांच्या योनीत प्रवेश करतात आणि त्यांना श्वेतस्राव चालू होतो. या वयात असा धुपणीचा स्राव होत असेल तर कर्करोगाची शक्यता वाढते. म्हणून चाळिशीच्या पुढे आणि पाळी गेलेली असल्यास असा त्रास सुरू झाल्यास ताबडतोब स्त्रीरोग तज्ज्ञाना दाखवावे. स्राव जर रंगहीन, चिकट द्रवस्वरूप असेल तर तो अति प्रमाणात वाढलेला नैसर्गिक स्राव असून, तो गर्भाशयग्रीवेच्या सुजेमुळे असतो. हा स्राव जर पिवळट रंगाचा 'पू'सारखा असेल तर जंतुसंसर्गामुळे होतो. पण हा जंतुसंसर्ग कशामुळे हे शोधण्यासाठी डॉक्टरांकडे जाणे गरजेचे असते. चाळिशीच्या आसपास असणाऱ्या स्त्रियांच्या बाबतीत कर्करोगाला जंतुसंसर्ग होऊन पू झाला असण्याची शक्यता असते. या स्रावाबरोबर खाज सुटणे हे लक्षण असेल तर ट्रायकोमोनास वा कॅन्डिडा यांपैकी एकाचा योनिमार्गात संसर्ग झाल्याची शक्यता असते. ट्रायकोमोनासमुळे

होणारा स्राव पातळ, तर कॅन्डिडामुळे होणारा स्राव दह्यासारखा असतो.

पाळी जाण्याच्या सुमारास बऱ्याच स्त्रियांमध्ये योनीमार्गे पाण्यासारखा, चिकट, दाट, दह्यासदृश श्वेतस्राव होत राहतो. त्याला क्वचित दुर्गंधीही येते. गर्भाशयाचा आकार वाढतो व सूजही येते. याबरोबरच लघवीची आगही होते (burning micturition). योनीला कंड सुटणे, योनीठिकाणी आग होणे यासारखी लक्षणे दिसतात.

कित्येक वेळा गर्भाशयमुखावर सूज येते, त्यावर जखमा होतात, त्या ठिकाणी लाली, बारीक पुरळ दिसून येते, तसेच, कंबरदुखी, श्वेतस्राव ही लक्षणेही दिसतात. रजोनिवृत्तीदरम्यान ही तक्रार बऱ्याच वेळा संभवते. त्यावर योग्य उपचार न केल्यास या जखमाही पिकतात.

या वयातील प्रत्येक स्त्रीने वर्षातून निदान एकदा तरी डॉक्टरांची भेट घेणे आवश्यक आहे. तसेच शरीराची नियमित तपासणी करून घेणे आवश्यक आहे. शरीराला या वयात होऊ घातलेल्या रक्तदाब, मधुमेह, कर्करोग यांसारख्या विकारांचे प्रारंभिक अवस्थेत निदान करणे त्यामुळे शक्य होईल.

कर्करोग-

हा पेशींचा रोग आहे. या रोगात विशिष्ट पेशी भयंकर वेगाने वाढतात. या पेशींच्या भयंकर वाढीमुळे त्या एकमेकींना धरून राहू शकत नाहीत व त्या आजूबाजूच्या अवयवांमध्ये शिरून त्यांचा नाश

करतात. या रक्तवाहिनीत शिरल्यास भयंकर रक्तस्राव सुरू होतो.

स्त्रियांच्या जननेंद्रियासंबंधातील कर्करोग :

स्त्रियांना होणाऱ्या कर्करोगात स्तनांच्या कर्करोगाचा पहिला व गर्भाशयग्रीवेच्या कर्करोगाचा दुसरा नंबर लागतो.

गर्भाशयग्रीवेचा कर्करोग :

ग्रीवा म्हणजे गर्भाशयाचे तोंड. गर्भाशय व योनिमार्ग यांना जोडणारा भाग. हा जरी गर्भाशयाचा खालचा भाग असला तरी या भागाचे कार्य, याला होणारा रक्तपुरवठा, या भागाचे रसपोषण (Lymphatic Drainage) या गोष्टी गर्भाशयापेक्षा वेगळ्या असतात. हा कर्करोग गर्भाशयाच्या कर्करोगापेक्षा गंभीर असतो.

ग्रीवेच्या कर्करोगाची कारणे :

हा रोग सर्वसाधारणपणे ४० ते ५० वर्षांच्या स्त्रियांना होण्याची शक्यता अधिक असते. लग्न झालेल्या स्त्रियांत तसेच लवकर लग्न झालेल्या स्त्रियांत हा रोग होण्याचे प्रमाण जास्त असते. अजिबात मूल न होणाऱ्या किंवा ज्यांना कमी मुले झालेली आहेत अशा स्त्रियांत या रोगाचे प्रमाण खूप कमी असते. ज्या स्त्रियांच्या पतीची सुंता झालेली आहे, अशा स्त्रियांत हा कर्करोग होण्याचे प्रमाण नगण्य असते. सुंता न झालेल्या पुरुषांच्या पत्नीला हा कर्करोग होण्याचे प्रमाण खूप अधिक असते. पुरुषांच्या शिस्नावरील त्वचेच्या आतमध्ये

जो पांढरा पदार्थ साचून राहतो (स्मेग्मा), त्याची गर्भाशयग्रीवेवरील त्वचेवर सतत रासायनिक प्रक्रिया होऊन हा रोग होण्याची शक्यता असते, असे मानले जाते. यावरून लैंगिक संबंधाशी या आजाराचा असलेला संबंध लक्षात येतो. तसेच हर्पिस सिम्प्लेक्स या जिवाणूमुळे हा कर्करोग होऊ शकतो.

गर्भाशयग्रीवेचा कर्करोग-

१. ग्रीवेच्या बाहेरील बाजूला होणारा.

२. ग्रीवेच्या आतील भागात होणाऱ्या कर्करोगाचे आपल्याला डोळ्याने दिसणाऱ्या स्वरूपावरून तीन प्रकार पडतात.

१. कॉलिफ्लॉवर सदृश - कॉलिफ्लॉवर या भाजीसारखा दिसणारा आणि भराभर वाढणारा हा प्रकार असून, यात खूप प्रमाणात रक्तस्राव होत असल्यामुळे तुलनेने लवकर लक्षात येतो.

२. खोल व्रणासारखा दिसणारा- एखाद्या जखमेप्रमाणे याचे स्वरूप दिसते. कॉलिफ्लॉवरच्या तुलनेत यात रक्तस्राव कमी होत असल्यामुळे लवकर निदान करता येत नाही.

३. गाठीसारखा- गर्भग्रीवेवर टेंगुळ किंवा गाठीप्रमाणे वाढ होते. यात कॉलिफ्लॉवरप्रमाणे मोठी गाठ नसते व जखमही नसते.

लक्षणे -

१. योनीमार्गे भरपूर प्रमाणात रक्तस्राव

२. अनियमित रक्तस्राव

३. ग्रीवेचा कर्करोग असलेल्या बहुतेक सर्व स्त्रियांना संभोगानंतर थोडाफार रक्तस्राव होतो.

४. मासिक पाळी बंद होऊन काही महिने किंवा काही वर्षे झाल्यानंतर होणारा रक्तस्राव

५. पाळी बंद होताना अधिक प्रमाणात अनियमित रक्तस्राव

६. योनिमार्गातून तपासणी केल्यानंतर होणारा रक्तस्राव

ही सर्व लक्षणे गर्भाशयग्रीवेच्या कर्करोगात सुरुवातीसच दिसतात.

७. सफेद स्राव - योनिमार्गातून लालसर दुर्गंधीयुक्त दाटसर चिकट पाणी जाऊ लागते. त्या वेळी स्त्री चाळिशाची किंवा त्यापुढील वयाची असल्यास ताबडतोब वैद्यकीय मदत घेणे आवश्यक असते.

८. या कर्करोगात सुरुवातीच्या काळात वेदना नसते. त्यामुळे इतर त्रास होत असूनही लक्ष न दिल्यामुळे हा रोग वाढतो. बहुधा हा रोग हाताबाहेर गेल्यावरच ओटीपोटात व पायात वेदना होतात. हा रोग गर्भाशय व इतर अवयवांपर्यंत पोहोचल्यानंतर ओटीपोटात वेदना होतात, तसेच शरीरातील रक्तक्षयामुळे आलेल्या अशक्ततेतून पायात वेदना जाणवतात. हा रोग मूत्राशयापर्यंत पसरल्यास लघवीच्या वेळी कळ येऊन खूप त्रास होतो.

९. सतत रक्तस्राव होत असल्याने, रक्तक्षय होतो व त्यामुळे खूपच अशवतपणा येतो, वजन झपाट्याने कमी होऊ लागते. या कर्करोगाच्या पेशी इतक्या भयंकर वेगाने वाढतात, की

खाल्लेले अन्न त्या पेशींना पुरत नाही व त्यामुळे शरीराची उपासमार होते. ही सर्व लक्षणे रुग्णाला स्वतःला दिसणारी असतात. ही लक्षणे घेऊन स्त्री जेव्हा डॉक्टरकडे जाते, त्या वेळी तपासणीत डॉक्टरना पुढील गोष्टी आढळतात -

१. योनिमार्गात कॉलिफ्लॉवरसारखी किंवा टणक वाढ आढळते, किंवा खोलवर व्रण दिसतो.
२. तपासणीवेळी रक्तस्राव होतो.
३. ही कॉलिफ्लॉवरसदृश वाढ खूप ठिसूळ असल्याने, तिचे तुकडे होतात. तपासणीत ते डॉक्टरांच्या हातावर येतात.
४. कर्करोगामुळे गर्भाशयग्रीवा दगडासारखी कठीण होते. त्यामुळे ती इकडेतिकडे हलवता येत नाही.
५. कर्करोग इतस्ततः पसरलेला असल्यास ते अवयव दगडासारखे कठीण, घट्ट लागतात. ही सर्व लक्षणे वैद्यकीय तपासणीत आढळल्यास डॉक्टर कर्करोगाच्या निदानाप्रत येतात. अशा वेळी गर्भाशयग्रीवेवर झालेल्या गाठीचा तुकडा घेऊन तपासणी करावी लागते. यालाच 'बायोप्सी' करणे म्हणतात.

हा रोग चाळिशीच्या आसपास होणारा असल्याने स्त्रियांनी नियमित वैद्यकीय तपासणी करून घेणे आवश्यक आहे. गर्भाशयग्रीवेतून बाहेर पडणाऱ्या अतिसूक्ष्म पेशींची सूक्ष्मदर्शक यंत्रातून तपासणी करून त्यात कॅन्सर होण्याआधीची अवस्था कळू शकते. या तंत्राला 'एक्सफॉलिएटिव्ह सायटोलॉजी' म्हणतात. तपासणीवेळी काचेच्या

पट्टीवर (अशा पेशींचा) थर घेतात. या थराची योग्य ती तपासणी केल्यावर कर्करोगपूर्व आजारांचे निदान होऊ शकते.

गर्भाशयाचा कर्करोग -

स्त्रियांना होणाऱ्या कर्करोगात गर्भाशयाच्या कर्करोगाचा तिसरा क्रमांक लागतो. याही कर्करोगाची कारणे अजून कळलेली नाहीत. पण स्त्रीरोग तज्ज्ञांच्या अभ्यासावरून आढळून आलेल्या गोष्टी पुढीलप्रमाणे -

१. वंध्य स्त्रियात हा कर्करोग जास्त प्रमाणात होतो.
२. स्थूल स्त्रिया, अतिरक्तदाब, मधुमेह असलेल्या स्त्रिया यांना हा रोग होण्याची शक्यता अधिक असते.
३. ज्या स्त्रियांची मासिक पाळी पन्नाशीनंतरही चालू असते, त्यांना या कर्करोगाचा धोका अधिक असतो.
४. साठीच्या आसपास असणाऱ्या स्त्रियांमध्ये हा कर्करोग होण्याचे प्रमाण अधिक असते.
५. जवळच्या नात्यामध्ये हा कर्करोग होण्याचे प्रमाण अधिक असले तरी हा आनुवंशिक वा संसर्गजन्य नाही. गर्भाशयावर गाठी (फायब्रॉइड्स) असल्यास किंवा गर्भाशयाचे इतर विकार झाले असल्यास या रोगाचा धोका वाढतो.
६. जर मासिक पाळी बंद झाल्यानंतरही स्त्रिया ईस्ट्रोजन असलेल्या गोळ्या घेत असतील, तर या ईस्ट्रोजन पेशींचा कर्करोग

प्रादुर्भावाकडे कल असतो. त्यामुळे अशा स्त्रिया या कर्करोगाला बळी पडतात.

गर्भाशयाचा कर्करोग हा कधी गर्भाशयाच्या अंतःत्वचेपासून सुरू होतो, तर कधी पृष्ठभागापासून सुरू होऊन वेगाने वाढतो. गर्भाशयाचा कर्करोग हा त्याच्या उन्नत अवस्थेत गर्भाशयग्रीवा, योनी, कटिरभागातील अवयव इ.पर्यंत पोहोचतो. हा कर्करोग पसरत असताना तो जर गर्भाशयग्रीवेपर्यंत पोहोचला, तर गर्भाशयग्रीवेच्या कर्करोगाप्रमाणे लक्षणे दाखवतो.

याच्या एकूण चार अवस्था असतात,

शून्य अवस्था-

केवळ पेशीअंतर्गत कर्करोगाचा संशय निर्माण झाल्यासारखे बदल दिसतात, पण पेशी मात्र व्यवस्थित असतात.

अवस्था पहिली-

गर्भाशयाच्या आतील आवरणापुरता मर्यादित असतो.

अवस्था दुसरी -

कर्करोग गर्भाशयग्रीवेपर्यंत पोहोचलेला असतो.

अवस्था तिसरी -

गर्भाशयाच्या बाह्य आवरणापासून सुटून कटिरपोकळीतील इतर

अवयवांपर्यंत पोहोचतो.

अवस्था चौथी -

या कर्करोगाची शरीरात दूरवर मूत्राशय, गुदाशय येथपर्यंत लागण झालेली असते. याही कर्करोगात रुग्णांनी सुरुवातीच्या अवस्थेत उपचार चालू केल्यास, हा कर्करोग पूर्णपणे बरा होतो.

लक्षणे-

१. मासिक पाळी बंद झाल्यावर योनीमार्गे रक्तस्राव सुरू झाला तर किंवा चाळिशीच्या आसपास अनियमित रक्तस्राव सुरू झाला, तर गर्भाशयाचा कर्करोग नाही ना, याची खात्री करावी.
२. स्राव- योनिमार्गातून दुर्गंधीयुक्त स्राव जात असेल, तर डॉक्टरांना दाखवावे.
३. वेदना - सुरुवातीच्या अवस्थेत वेदना नसतेच, पण आजार वाढल्यास पाय, ओटीपोट, कंबर दुखणे हे त्रास होतात.
४. अतिशय अशक्तपणा व वजन भराभर घटणे, ही कर्करोग खूपच वाढला असल्याची लक्षणे आहेत.

बीजांडकोशाचा कर्करोग-

हा एक गंभीर कर्करोग आहे. बीजांडकोश हे उदरपोकळीत असल्याने याचे निदान लवकर न झाल्यामुळे रुग्ण दगावण्याची शक्यता अधिक असते. हा कर्करोग कटिरपोकळीत व उदरात अतिशय

झपाट्याने पसरतो. यामुळे पोटात भरपूर पाणी तयार होऊन पोट फुगणे, हे लक्षण दिसून येते; पण वेदना मात्र नसतात. तसेच, या आजाराचे प्राथमिक निदान करण्यासाठी शस्त्रक्रियेने पोट उघडावे लागते.

स्त्रियांच्या जननसंस्थेतील योनीला होणारा कर्करोग हाही तितकाच महत्त्वाचा असला, तरी तो तितक्या प्रमाणात आढळत नाही. हा कर्करोग वयाच्या उत्तरार्धात पन्नाशीनंतरच्या वयात होतो. योनिमार्गातून अनियमित रक्तस्राव हे सुरुवातीचे लक्षण असते. याशिवाय गुप्तांगावरील त्वचेचा कर्करोग, गर्भाशय नळ्यांचा कर्करोग हेही प्रकार आहेत; परंतु ते तितक्या प्रमाणात पाहावयास मिळत नाहीत.

स्तनांचा कर्करोग-

संपूर्णपणे बरे होऊ शकतात असे ज्या अवयवांचे कर्करोग आहेत, त्यांत स्तनांच्या कर्करोगाचा वरचा क्रमांक लागतो. फक्त त्याचे निदान लवकर होणे महत्त्वाचे असते. सर्वसामान्यपणे बालसंगोपनाचा काळ सोडल्यास स्त्रीच्या स्तनाग्रातून कोणताही द्रव बाहेर पडत नाही. मात्र स्तनाग्रातून केव्हाही रक्त आल्यास डॉक्टरांचा त्वरित सल्ला घ्यावा. जरी स्तनात येणारी प्रत्येक गाठ कर्करोगाची नसली तरी स्तनात गाठ आल्यास डॉक्टरांना दाखवून ही गाठ कर्करोगाची आहे की नाही, याची शहानिशा करून घ्यावी. योग्य वेळी याचे निदान होऊन उपचार झाल्यास, हा रोग लवकर व संपूर्णपणे बरा होतो. स्तनातील गाठ जर स्तनात एका जागी चिकटली असेल, जर ती

हातात धरून हलवता येत नसेल व स्तनाग्रातून रक्तमिश्रित स्राव होत असेल तर कर्करोगाची शक्यता असते. ही गाठ काढून तिचा तुकडा (बायोप्सी) सूक्ष्ममदर्शकाखाली तपासून तो कर्करोग आहे की नाही, हे ठरवावे लागते. स्तनाच्या कर्करोगाची गाठ ही नेहमी वेदनारहित असते व तिची वाढही झपाट्याने होते. मॅमोग्राफीसारख्या तंत्रामुळे स्तनांच्या कर्करोगाचे निदान सोपे झाले आहे.

१. **साधारणपणे वयाच्या चाळिशीनंतर व रजोनिवृत्तीदरम्यान प्रत्येक स्त्रीने आरशासमोर उभे राहून डाव्या व उजव्या स्तनाचे नीट निरीक्षण करावे. दोन्ही स्तनांत काही फरक नजरेस येतो का हे पाहावे. उदा. स्तनात एखादी गाठ दिसते का ते पाहावे. स्तनावरील त्वचेच्या पोतामध्ये काही फरक आहे का ते पाहावे.**
२. **दोन्ही स्तन कसे दिसतात हे जाणून घेण्याचा प्रयास करावा. स्तनाग्रावर लक्ष ठेवावे.**
३. **दोन्ही हात डोक्याच्या वर उंचवावेत. आता स्तनामध्ये गाठ/खळी पडल्याचे दिसते का ते पाहावे.**
४. **उजव्या खांद्यासाठी उशी घ्यावी. उजवा हात मुडपून डोक्याखाली ठेवावा. डाव्या हाताने उजवा स्तन तपासावा स्तनाग्रांना मध्यभागी ठेवून स्तनाचे चार भाग करा. प्रत्येक चतकोर भाग बोटांचे साहाय्याने हलकेच दाबून गाठ लागते का ते पाहावे. हीच कृती डाव्या स्तनासाठीपण**

करावी.

५. स्तन तपासताना हाताची बोटे सपाट करून वापरा, काखेमध्ये गाठीसाठी तपास नक्की करा.

६. स्तनाग्रांचा आकार बदलला का ते पाहावे, स्तनाग्रे आतील बाजूस गेली का ते बघावे.

७. स्तनाग्रे हलकेच दाबून काही स्राव बाहेर येतो का, ते पाहावे.

अशा प्रकारची तपासणी आपण नियमित घरी करू शकतो व काही शंका वाटल्यास डॉक्टरांना विचारू शकतो.

अवस्था-

१. गाठ फक्त एका स्तनापुरती मर्यादित असून, यात त्वचेला कर्करोगाची लागण झालेली नसते.

२. गाठ एका स्तनापुरती मर्यादित असते, पण बाजूच्या काखेठिकाणी गाठी आलेल्या असून, या गाठी चिकटलेल्या नसतात.

३. अ --गाठीपेक्षा त्वचेला जास्त लागण झालेली दिसते.

ब -----काखेतील गाठी चिकटलेल्या असतात, हलू शकत नाहीत.

क ----खांद्याच्या आडव्या हाडावर गाठी लागतात. (supraclavicular node)

४. सर्व काही वरीलप्रमाणे. याशिवाय दुसरा स्तन, दुसऱ्या बाजूच्या

काखेतील गाठी किंवा रसरक्तामार्फत इतर अवयवांपर्यंत पोहोचून तेथे त्याचा प्रादुर्भाव झालेला असतो.

थोडक्यात महत्त्वाचे -

रजोनिवृत्ती व त्यात होणारे विकार याविषयी आपण विस्तृत माहिती घेतली. या प्रकरणात आपण रजोनिवृत्तीवेळी दिसून येणाऱ्या लक्षणांचा सारांश रूपाने विचार करणार आहोत.

मासिक स्राव बंद होतेवेळी दिसून येणारी लक्षणे -

१. मासिक पाळी अचानक पण विनासायास बंद होणे.

२. ४५ ते ५० वर्षादरम्यान मासिक पाळी नियमित न येणे. नंतर दोन-तीन महिन्यांच्या अंतराने रक्तस्राव अल्पप्रमाणात होऊन पाळी बंद होणे.

३. काही स्त्रियांत चौथ्या, पाचव्या महिन्यानंतर पाळी येणे, सात ते आठ दिवसांपर्यंत अधिक प्रमाणात रक्तस्राव होणे व नंतर पाळी बंद होणे, ही लक्षणे आढळतात. सात दिवसांनंतर किंवा पंधरा-पंधरा दिवसांनंतर पाळी येते व सात-सात दिवस रक्तस्राव चालू राहतो. यात रक्तक्षय व दौर्बल्य अधिक जाणवते.

४. काही स्त्रियांत अल्पमात्रेत अनियमित रक्तस्राव (अनेक महिने) होऊन पाळी बंद होते.

५. याशिवाय काही स्त्रियांत रजोनिवृत्तीवेळी कंबरदुखी, ओटीपोटात, पोटात, वेदना होणे, योनीमार्गे रक्तस्राव होणे, शैथिल्य निर्माण

होणे, हे आढळून येते.

६. योनीभागी कंड सुटणे, योनीमार्गे श्वेतस्राव होणे, बारीक पुरळ येणे, चेहऱ्यावर दाढीमिशांचे जागी लोमउत्पत्ती (hirsutism) होणे, ही लक्षणे दिसतात.

गर्भाशय विकार (स्थानिक लक्षणे)-

१. गर्भाशयसंकोच, २. योनीभागी केशवृद्धी होणे, ३. योनीभागी संकुचितता, ४. योनीभागी खरखरीतपणा, रुक्षता येणे, ५.योनीगत पेशीत शैथिल्य निर्माण होणे. ६. योनीभागी खाज, क्वचित दाह होणे, ७. अनियमित व अल्प रजःस्रावामुळे योनीभागी बारीक पुरळ येणे व क्वचित दुर्गंधीयुक्त श्वेतस्राव अधिक मात्रेत होणे.

सार्वदैहिक लक्षणे-

१. मानसिक संतुलन नाहीसे होणे (१ ते ३ वर्षांपर्यंत).
२. बारीकसारीक गोष्टींची चिंता करणे.
३. चिडचिड, संतापणे व अस्वस्थ होणे.
४. मोठा आवाज सहन न होणे व ग्लानी येणे.
५. निराशा, निरुत्साह, उदासीनता जाणवणे, सतत रडू येणे.
६. अचानक थंडी वाजणे व अचानक घाम येणे (hot flushes).
७. जीव घाबरणे.
८. चेहरा लाल होणे.

९. निर्णयक्षमता कमी होणे.
१०. हृदयभागी वेदना होणे .
११. डोकेदुखी, डोक्यात जडपणा जाणवणे.
१२. नाडीचा वेग वाढणे.
१३. कानात आवाज येणे.
१४. हाता-पायात सुई टोचल्याप्रमाणे वेदना होणे.
१५. पोट तसेच हात-पाय या ठिकाणी आग होणे.
१६. स्थौल्य, स्तन आकाराने मोठे होणे, उदर व कटिभागी चरबी साचणे.
१७. चक्कर येणे, रक्तदाब वाढणे.
१८. रक्तक्षय व अशक्तपणा वाटणे.
१९. अग्निमांद्य, संधिभागी वेदना, ठणका लागणे, आम्लपित्त, पाठदुखी, कंबरदुखी, स्तनात व काखेत असह्य वेदना होणे.
२०. सर्वांगास खाज सुटणे, योनीभागी खाज सुटणे, इसब व शीतपित्त होणे

या काळात योनीगत चिकटस्राव (क्लेद) अधिक वाढून योनीभागी खाज येणे, मांड्याना खाज येणे, बारीक पुरळ येणे, मांड्या काळ्या होणे आदी लक्षणे दिसतात. चाळिशीच्या आसपास व रजोनिवृत्तीनंतर जर योनीमार्गे रक्तस्राव होत असेल तर कर्करोगाची शक्यता असते, हे आपण मागे पाहिलेच आहे. अशा वेळी पॅप स्मीअर टेस्ट करणे आवश्यक असते.

गर्भाशयाचे स्नायू, अंतरावरण, अंडाशये यात जर गाठी झाल्या (फायब्रॉइड्स) तर त्या नुसत्या तपासणीत समजू शकतात. त्यामुळे अतिरक्तस्राव होतो, त्या वेळी गर्भाशय निर्हरण शस्त्रक्रिया करतात. जर एखादया रुग्णात स्त्री-पुरुष संबंधानंतर रक्तस्राव होत असेल, मासिक पाळीच्या मधल्या काळात रक्तस्राव होत असेल, तसेच मध्यम वयात / चाळिशीचे आसपास रक्तस्राव होत असेल, तर क्युरेटिंग करून घ्यावे. अंतरावरण तपासणी करण्यासाठी क्युरेटिंग करावे लागते. या तपासणीवरून ईस्ट्रोजन व प्रोजेस्टेरॉन यांची पातळी कळू शकते. क्युरेटिंगनंतर किती वेळा अतर्क्य कारणामुळे बरेच दोष बरेदेखील होतात. हे खरवडलेले अंतरावरण तपासून गर्भाशयाचा कर्करोग आहे की नाही, याचाही तपास लागतो.

रजोनिवृत्तीदरम्यान करावयाच्या तपासण्या-

नक्की आजार कोणता आहे याचे निदान करण्यासाठी किंवा चाळिशीच्या पुढे असलेल्या प्रत्येक स्त्रीने तपासणी करून घेण्यासाठी वर्षातून एकदा तरी स्त्रीरोग तज्ज्ञाकडे जाणे गरजेचे असते.

१. शारीरिक तपासणी-

योनीमार्गे हात घालून करावयाची तपासणी. याद्वारे योनीगत रक्तस्राव, दुर्गंधयुक्त स्राव, गर्भाशयाची कठीणता, गर्भाशयमुखावर झालेल्या पेशींची वाढ इ. दोष लक्षात येतात.

२. मूत्रतपासणी -

यामुळे मूत्रसंस्थेतील रोग तसेच मधुमेह, यकृताचा बिघाड याविषयी समजते.

३. रक्ततपासणी -

रक्तक्षय, मधुमेहाचे निदान होऊ शकते, तसेच विविध पेशींचे प्रमाण व हार्मोन्सच्या पातळ्यांवरून एंडोक्राइन ग्रंथींची कार्यक्षमता समजू शकते.

४. क्युरेटिंग-

वर समग्र विवेचन आहे.

५. लॅप्रोस्कोपी -

वरील सर्व तपासण्यांनंतर निश्चित अशा निदानापर्यंत जाणे अशक्य झाल्यास पोट न फाडता दुर्बिणीतून उदरपोकळीत डोकावून अंतर जननेंद्रिये व इतर अवयवांचा अभ्यास करता येतो.

६. जरूर पडल्यास क्ष-किरण तपासणी, अल्ट्रासोनिक तपासणी, पॅप स्मीअर तपासणी, मॅमोग्राफी यांसारख्या तपासण्या कराव्या लागतात.

पाळी जाण्याआधी स्त्रियांमध्ये हृदयरोग फार कमी प्रमाणात आढळतो. रजोनिवृत्तीनंतर स्त्रीमध्ये ईस्ट्रोजन हार्मोनचे प्रमाण कमी होऊन त्यांना हृदयरोगापासून असलेले संरक्षण कमी होऊन हा रोग होण्याचे प्रमाण पुरुषांच्या बरोबरीने वाढते. तसेच, ज्या स्त्रियांमध्ये

अंडबीजकोश (Ovaries) काही कारणाने शस्त्रक्रियेने काढून टाकल्या जातात, त्या स्त्रियांमध्येही हृदयरोगाचे प्रमाण जास्त दिसून येते तसेच धूम्रपान, कुटुंबनियोजनाच्या गोळ्या यामुळे हा धोका जास्तच वाढतो. स्त्रिया दुखणी अंगावर काढत असल्याने, या रोगाचे निदान त्यांच्यात लवकर होत नाही. जेव्हा हार्ट ॲटॅक येतो, तेव्हा तो तीव्र असतो. त्यात स्त्रिया पुरुषांपेक्षा जास्त गंभीर आजारी होतात, हॉस्पिटलमध्ये त्यांना जास्त दिवस राहावे लागते, व मृत्यूचे प्रमाणही जास्त असते. पाळी गेलेल्या वयात हार्मोन रिप्लेसमेंट थेरपी घेतल्यास हा धोका अर्ध्याने कमी होतो, असे आता सिद्ध झाले आहे. कुटुंबनियोजनाच्या गोळ्या घेणाऱ्या स्त्रियांनी धूम्रपान केल्यास रक्त गोठण्याचे प्रमाण वाढते व हार्ट ॲटॅकचा धोकाही वाढतो. मधुमेह असणाऱ्या स्त्रियांमध्ये हा रोग लवकर होतो, त्याची तीव्रताही जास्त असते. जास्त प्रमाणात हार्मोन उपचार हा कर्करोगाचा धोका ठरू शकतो. हार्वर्डमध्ये केल्या गेलेल्या एका अभ्यासानुसार पाळी गेलेल्या एक लाख स्त्रियांवर केलेल्या अभ्यासामध्ये असे दिसून आले की, रोज तीस मिनिटे भराभर चालल्यास व सोयाबीन घेतल्यास हृदयरोगाचा धोका ३० ते ४० टक्क्यांनी कमी होतो. काही तत्त्वज्ञांच्या मते स्त्रीचे शरीर हे प्रतिमासी होणाऱ्या रजस्रावामुळे प्रत्येक वेळी शुद्ध होते. त्रिदोषांचे शोधन असे आपोआप झाल्यामुळे तिला प्रमेहासारख्या (मधुमेह) व्याधी होत नाहीत. तसेच रजोप्रवृत्तीमुळे होणाऱ्या दोषशुद्धीने इतरही रोगांचा संभव उणावतो.

अजूनि यौवनात मी

रजोनिवृत्तीच्या या काळात स्त्रियांमध्ये अंतर्बाह्य बदल दिसतात. शरीरातील ईस्ट्रोजनचे प्रमाण कमी झाल्यामुळे शरीरावर वार्धक्याच्या खुणा दिसू लागतात.

ईस्ट्रोजनची पातळी कमी होऊन त्वचेचा वरचा थर पातळ व निस्तेज होतो. त्वचेवर सुरकुत्या येतात. रजोनिवृत्तीदरम्यान शरीर कोलेजन बनवण्याचे काम थांबवते. त्यामुळे त्वचेची लवचीकता कमी होते. त्वचेखालील मांसल पेशींचे प्रमाण कमी होते. त्वचा कोरडी पडते. गालावर, जबड्यावर व गळ्याभोवती असलेल्या त्वचेवर सुरकुत्या येतात. त्वचा निस्तेज व थकलेली दिसते. डोळ्यांभोवती बारीक रेषा येतात. जसजसे वय वाढते तसतसा त्वचेचा कोरडेपणा वाढतो. त्यासाठी त्वचेचा ओलावा टिकवून ठेवण्याची गरज असते. यासाठी चेहरा सतत थंड पाण्याने धुवावा. नॅपकिनने न पुसता तसाच कोरडा होऊ द्यावा. रजोनिवृत्तीच्या काळात आणि नंतर तैलग्रंथींचे काम मंदावल्यामुळे त्वचा खरखरीत होते. त्यासाठी त्वचेचा ओलावा टिकवून ठेवण्यासाठी नरिशिंग क्रीमने चेहऱ्यावर व हाता-पायांना मॉलिश

करावे. या काळात अंघोळीसाठी साबणाचा वापर न करता, त्वचेला हानिकारक नसणारे बॉडीजेल, फेसवॉश वापरावे. स्नानासाठी शॉवरजेल, बॉडी स्क्रबजेल याचा वापर महत्त्वाचा असतो. स्नानासाठी अति थंड किंवा अति गरम पाणी वापरू नये. स्नानासाठी अति गरम पाणी वापरल्यास त्वचेतील नैसर्गिक तेल निघून जाते व त्वचा कोरडी होऊन निस्तेज होते. अंघोळीनंतर एखादे स्तंभक (माईल्ड ॲस्ट्रिंजंट) जसे काकडीचे जेल लावावे. त्यामुळे त्वचेवरील रोमछिद्रे बंद होतात. त्वचेचा तजेला टिकवून ठेवण्यासाठी त्वचा नरम मुलायम होऊन त्वचा टवटवीत होते. त्यानंतर त्वचेचा लवचिकपणा कायम राखण्यासाठी स्किनटोनर उदा. गुलाबजल लावून कोरफड जेल वा एखाद्या त्वचेचा ओलावा टिकवून ठेवणाऱ्या जेलने मॉलिश करून मग एखादे डे क्रीम चेहऱ्यावर लावावे. बाहेरून आल्यावर एखाद्या क्लिन्झरचा वापर करून मेकअप स्वच्छ करावा व मग थंड पाण्याने चेहरा धुवावा.

आपल्या तरुण वयात विशीत, तिशीत किंवा चाळिशीत उन्हात खूप फिरल्यामुळे त्वचा काळवंडते व तिच्यावर सुरकुत्या येतात. उन्हात त्वचा करपल्यास म्हणजेच सनबर्नमुळे त्वचेचा कर्करोग होण्याची शक्यता असते. सूर्यप्रकाशातील अतिनील (अल्ट्रा व्हायोलेट) किरणांचा त्वचेला त्रास होतो. म्हणून कोणत्याही वयात उन्हात फिरताना त्वचेची काळजी घेणे आवश्यक आहे.

त्यासाठी प्रथम

१. क्लिन्झिंग (Cleansing) - बटाटा / काकडी यांच्या

रसात मुलतानी माती मिसळून लावावी.

२. **टोनिंग (Toning)** - त्वचेचा pH बॅलन्स राखण्यास मदत करते व त्वचेची छिद्रे बंद करते. गुलाबजल उत्तम टोनर आहे. उन्हाळ्याच्या दिवसांत वारंवार गुलाबजलाने त्वचा पुसावी. त्वचा फ्रेश व स्वच्छ होते.

३. **मॉइश्चरायझिंग (Moisturiser)** - त्वचा व पर्यावरण यातील दुवा. उन्हाळ्यात घाम खूप येत असल्याने, पाणी हा मुख्य घटक असलेले मॉइश्चरायझर वापरावे (waterbase moisturiser) क्लिन्झिंग आणि टोनिंग नंतर वापरावे. उन्हात फिरताना spf ३० किंवा त्यापेक्षा जास्त क्षमतेचे सनस्क्रिन लोशन लावावे. उन्हात जाताना डोळ्यांवर गॉगल लावावा. डोक्याला स्कार्फ बांधून मगच घराबाहेर पडावे. असे न केल्यास त्वचा काळवंडते व तिच्यावर सुरकुत्या लवकर पडतात. रजोनिवृत्तीच्या काळात त्वचेवर काळे डाग येतात. त्यांना वांग म्हणतात. चेहरा, छाती, हातावरील डाग उठून दिसतात. या काळात त्वचेतील ओलावा कमी होत असल्याने त्वचेला मॉइश्चरची खूप गरज असते. रात्री झोपताना त्वचा मुलायम राखण्यासाठी नरिशिंग क्रीमचा उपयोग जरूर करावा. यामुळे त्वचेला पोषण मिळते. त्वचेचा रक्तप्रवाह वाढवण्यासाठी त्वचेवर केशर-बदाम क्रीम किंवा गुलाब-बदाम क्रीमने रोज रात्री झोपताना चेहरा व मानेवर मॉलिश करावे. ४० वयानंतर नरिशिंग क्रीमचा उपयोग केल्यास त्वचा तरुण दिसते. जीवनसत्व अ आणि ई हे त्वचेच्या पोषणासाठी जास्त जरुरीचे

असते. वांग घालवण्यासाठी कुंकुमादी तैलाचा चांगला उपयोग होतो. साधारणपणे तिशीनंतर महिन्यातून एकदा फेशिअल आवश्यक आहे. त्यामुळे सैलावणारे स्नायू घट्ट होण्यास मदत होते. वयाचे ५० नंतर तर दर पंधरा दिवसांनी फेशिअल करावे. त्वचेला उजळ बनवणाऱ्या क्रीमचाही हे डाग लपवण्यासाठी उपयोग होतो.

या काळात तुमच्या हाताचा मागचा भाग कोरडा पडतो. त्वचेवरील मांसपेशी कमी झाल्याने त्या भागावरील नसा उठून दिसतात. त्वचा शिथिल झाल्याने सुरकुतलेली दिसते व त्वचेचा थर पातळ झाल्याने हाताची हाडे दिसायला लागतात. हे टाळायचे असेल तर दर महिन्याला मॅनिक्युअर व पेडिक्युअर करून घ्यावे.

पेडिक्युअर - तळपायांची, नखांची व पायाच्या बोटांची योग्य ती काळजी घेणे, स्वच्छता करणे यालाच पेडिक्युअर म्हणतात. यामुळे पायांना मसाज होतो व पायांचे रक्ताभिसरण व्यवस्थित होऊन पायांचे सौंदर्य टिकून राहाण्यास मदत होते. मात्र, ज्यांना पायाला एखादी जखम झाली असेल किंवा पायास त्वचाविकार झाला असेल तर पेडिक्युअर करू नये.

घरच्या घरी पेडिक्युअर करण्यासाठी-

एका मोठ्या टबमध्ये कोमट पाणी घेऊन (पायाला सोसेल इतके गरम) त्यात थोडा शाम्पू, २-३ थेंब हैड्रोजन पेरॉक्साइड व २-३ थेंब डेटॉल टाकावे. प्रथम ॲसिटोनने नेलपॉलिश पुसून टाकावे. नंतर टबमधील गरम पाण्यात दोन्ही पाय १५-२० मिनिटे बुडवून ठेवावे.

नंतर फूट स्क्रबर घेऊन टाचांचे बाजूस स्क्रबर गोलाकार फिरवून वरील बाजूस ओढावा. त्यामुळे मृत त्वचा निघून जाण्यास मदत होते. बोटांच्या नखांवर व पायावर मऊ ब्रश गोलाकार फिरवावा. त्यामुळे मळ निघून जातो. दोन्ही पाय टॉवेलने स्वच्छ पुसून घ्यावेत. नेलकटरने नखे काढून नेलफायलरने नखांना आकार द्यावा. ऑरेंजस्टिकला कापूस लावून हैड्रोजन पेरॉक्साइडने नखातील मळ काढून टाकावा. क्युटिकल क्रीम नखांवर जेथे नखे वाढतात तेथे नखांच्या बाजूने लावून ५ मिनिटे ठेवावे. नंतर ऑरेंजस्टिकच्या चपट्या बाजूने क्युटिकल क्रीम नखात आतमध्ये दाबावे व कापसाने सर्व पुसून घ्यावे. नेलब्लीच घेऊन नखांना ५ मिनिटे लावून ठेवावे. नंतर कापसाने पुसून घ्यावे. नंतर पाय पुन्हा स्वच्छ पाण्याने धुवून पुसून घ्यावेत. हॅन्ड-बॉडी लोशनने खालून वर पायाचे घोट्यापासून गुडघ्यापर्यंत मसाज करावा. पायाच्या तळव्यांना पण मसाज करावा. सर्व मसाज झाल्यावर तळपायांना टाल्कम पावडर लावावी. पाय ८ तास पाण्यात घालू नयेत.

मॅनिक्युअर - हातांची, नखांची स्वच्छता व हाताची पूर्ण निगा करणे, हातांना मसाज करून नखांना योग्य तो आकार देऊन रंगवणे आदी गोष्टी यात समाविष्ट असतात. पायाप्रमाणेच हाताला जखम असेल तर किंवा त्वचारोग असेल तर मॅनिक्युअर टाळावे.

मॅनिक्युअर करताना प्रथम कापसावर ॲसिटोन घेऊन नखांवरील नेलपेंट पुसून घ्यावे. नंतर टबमध्ये हाताला सोसवेल इतके गरम पाणी घेऊन त्यात ५-६ थेंब शाम्पू, २-३ थेंब डेटॉल टाकून त्यात १५-

२० मिनिटे हात बुडवून ठेवावेत. मऊ ब्रशच्या साहाय्याने बोटांचे नखापासून कोपरापर्यंत सर्व बाजूने हात हळुवारपणे गोलाकार घासावेत. नेलकटरने नखे कापून नेलफायलरने नखांना योग्य तो आकार द्यावा. ऑरेंजस्टिकच्या टोकदार भागावर कापूस लावून त्यावर हैड्रोजन पेरॉक्साइड टाकून नखातील घाण काढून टाकावी. क्युटिकल क्रीम हाताच्या नखांच्या मुळाशी लावावे व ५ मिनिटे ठेवून नंतर कापसाने पुसून घ्यावे. नेलब्लीच नखांवर लावून ५ मिनिटे ठेवावे. नंतर कापसाने पुसून घ्यावे. नेलब्लीचमुळे नखांना एक प्रकारची चमक येते व क्युटिकल क्रीममुळे नखे वाढण्यास मदत होते. हात पुन्हा स्वच्छ पाण्याने धुवून पुसून घ्यावेत. हॅन्ड-बॉडी लोशनने हातांच्या बोटांपासून कोपरापर्यंत १५ ते २० मिनिटे मसाज करावा. हाताच्या तळव्यांनाही मसाज करावा. नंतर परत कापसाने हात पुसून त्याला टाल्कम पावडर लावावी. नखांना पॉलिश लावून नेल आर्ट करावे. आठ तास हात पाण्यात बुडवू नयेत.

रोज रात्री झोपताना हाताला व पायाला मॉइश्चरायझर लावावे. हाता-पायांचा उन्हापासून बचाव करण्यासाठी हातमोजे वापरावेत. घरकाम व बागकाम करताना हातमोजे वापरावेत. पेडिक्युअर व मॅनिक्युअर १५ दिवसांतून एकदा करावे.

केसांची निगा-

दर २-३ दिवसांनी केस स्वच्छ करावेत. तेल लावावे. तसेच

केसांना योग्य पोषण देण्याचे दृष्टीने एक लेप तयार करून ठेवावा.

यात मुख्यत्वेकरून त्रिफळा ५० ग्रॅम, माका चूर्ण २५ ग्रॅम, नागरमोथा २५ ग्रॅम, संत्रासाल ५ ग्रॅम, गुळवेल २५ ग्रॅम, जटामांसी १० ग्रॅम या सर्व पावडरी दुकानात मिळतात, त्या आणून मिक्सरवर फिरवून एकजीव करून बरणीत भरून ठेवावे. हे मिश्रण साधारण २ चमचे पाण्यात भिजवून भांग पाडून डोक्यावर व्यवस्थित लेप लावावा. डोक्याला हळुवार मसाज करून तो पसरावा. हा लेप कमीत कमी २० ते ३० मिनिटे लावून ठेवावा. पण रात्रभर डोक्यावर ठेवू नये. नंतर कोमट पाण्याने धुवून टाकावा. नंतर शिकेकाईने केस स्वच्छ धुवावेत. शक्यतोवर साबण किंवा शाम्पू वापरू नये.

केस धुण्यासाठी -

शिकेकाईची वस्त्रगाळ पावडर १चमचा, नागरमोथा मुळांची पावडर १ चमचा, आवळा वस्त्रगाळ पावडर १ चमचा, संत्रासाल वस्त्रगाळ पावडर १ चमचा; १ लिटर पाण्यामध्ये हे मिश्रण कालवून चांगले उकळून त गाळून घ्यावे व याच कोमट पाण्याने केस धुवावेत. हे मिश्रण केसांच्या मुळाशी हाताच्या बोटांनी लावून गोलाकार मसाज द्यावा. हे मिश्रण निम्मे निम्मे असे एका वेळेस घेऊन दोन वेळा चोळावे. ३-५ मिनिटे केसांवर ठेवून मग केस धुतून टाकावे.

केसांना चमक येऊन त्यांचे कंडिशनिंग करावयाचे असल्यास केस धुतल्यावर १० चमचे कोरफड चीक, एक कप चहाचे उकळून

गार केलेले पाणी, १/२ लिंबाचा रस हे एकत्र करून केसांना सगळीकडे लावावा. जाड दातांच्या कंगव्याने अलगद विंचरावे. ३ ते ५ मिनिटे ठेवून नंतर धुवून टाकावे

आजकाल पांढरे केस रंगवण्यासाठी हेअर कलर किंवा डाय वापरले जातात. त्याऐवजी,

पांढऱ्या केसांसाठी -

मेंदीच्या पानांची पावडर ५० ग्रॅम

माका चूर्ण २० ग्रॅम

जास्वंद चूर्ण ३ते ४ फुले

आवळा चूर्ण २० ग्रॅम

गुळवेल चूर्ण १० ग्रॅम

जटामांसी २५ ग्रॅम

मंडूर ५ ग्रॅम

काचूर सुगंधी १० ग्रॅम

ज्यादिवशी मेंदी लावायची त्याचे एक दिवस आधी एका लोखंडी भांड्यात आवळा व मंडूर घेऊन त्यात दीड कप चहाचे उकळते पाणी गाळून टाकावे. हे मिश्रण २-३ वेळा हलवावे आणि तसेच ठेवून द्यावे. दुसरे दिवशी पाण्याचा रंग पूर्ण काळा झालेला असतो. हे पाणी गाळून त्यात मेंदी, जास्वंद, माका घालून घोटून पेस्ट करावी. दोन तासानंतर ती केसांना लावावी. केसांच्या मुळापासून टोकापर्यंत असे

मिश्रण लावून डोक्याच्या मध्यभागी बुचडा करावा. नंतर आजूबाजूचे केसांना लावून बुचड्यावर गोलाकार केस गुंडाळावे. दोन तास मिश्रण डोक्यावर ठेवावे. सुरुवातीला आठवड्यातून एकदा महिनाभरानंतर पंधरा दिवसातून एकदा मिश्रण लावावे. केस धुण्यापूर्वी चेहरा काळा होऊ नये म्हणून चेहऱ्याला मलईचा लेप लावावा.

मेंदी व माका थंड असल्याने काही जणांना सर्दी होते. त्यासाठी या मिश्रणात ४-५ थेंब निलगिरीचे तेल टाकावे. आले तुळशीचा चहा प्यावा.

कोणताही लेप चेहऱ्याला लावण्यापूर्वी, केसांना लावण्यापूर्वी आपणास ॲलर्जी नाही ना याची खात्री करावी. त्यासाठी लेप लावण्यापूर्वी एक दिवस आधी त्वचेवर चाचणी करावी. कानाच्या मागे किंवा हाताच्या आतील बाजूस एका छोट्या भागावर लावून १५ मिनिटे ठेवावी. आग, जळजळ, लालसरपणा, पुरळ, खाज असल्यास ते आपल्याला योग्य नाही असे समजावे.

स्वास्थ्यचर्या

या काळात बऱ्याच जणींमध्ये स्थूलपणा वाढतो. एकूणच शरीरयष्टी बेडौल वाटते. नितंब आणि पोटाभोवती चरबीचा थर साचतो. बऱ्याच वेळा शिळे अन्न खाणे, फ्रिजमधील अन्न खाणे, जेवणाच्या व झोपण्याच्या वेळा न पाळणे, बैठी कामे, व्यायामाचा अभाव, वारंवार मेदयुक्त पदार्थ, मिठाई, चमचमीत पदार्थ खाणे, आहारात वरण, कढी, आमटी इ. द्रवपदार्थांचा अभाव, फक्त पोळीभाजी खाणे यामुळे ते पदार्थ नीट पचत नाहीत. यामुळे वाईट कोलेस्टेरॉल (एलडीएल)चे प्रमाण वाढणे, स्थूलता वाढणे, हृद्रोग, हृद्दौर्बल्य व हृदयाचा आकार वाढणे इ. समस्या निर्माण होतात. आपल्या वजनातील मांसाचा भाग जास्त असावा, चरबी कमी असावी, बेढबपणा नसावा, त्यासाठी आपल्याला बॉडी मास इंडेक्स (बीएमआय) कसा काढावा व त्याची रेंज माहीत असणे गरजेचे असते.

$$\text{बॉडी मास इंडेक्स} = \frac{\text{वजन किलोमध्ये}}{(\text{उंची})^{२}\ \text{मीटरमध्ये}}$$

हा ratio १८ते २२मध्ये असावा. म्हणजे १८च्या खाली असेल तर कृश व २५च्या पुढे असल्यास जाड. वेस्ट / हिप रेशो पुरुषांमध्ये ०.८ व स्त्रियांमध्ये १ असावा. मेद कमी करण्यासाठी १) दृश्य चरबी (तेलबियांपासून काढलेली तेले, मासातली चरबी, दूध, माश्याचे तेल इ.), अदृश्य चरबी (प्राणी व वनस्पतींच्या पेशींच्या भिंती) या अदृश्य चरबीपासून बनतात. १ ग्रॅम चरबी कर्बोदके प्रथिनांच्या दुप्पट म्हणजे ९ कॅलरीज देतात. या दृश्य व अदृश्य चरबीचे प्रमाण आहारात कमीत कमी घ्या. मांसाहार टाळा. २) प्राणिजन्य पदार्थातील चरबी रक्त गोठण्यास मदत करते व कोलेस्टेरॉल वाढवते. म्हणून मलईरहित दूध, चीज, लोणी, मांस, डालडा कमी वापरा किंवा वर्ज्य करा. ३) वनस्पती तुपापासून खराब कोलेस्टेरॉल तयार होते, म्हणून डालडा पूर्ण वर्ज्य करा. वनस्पतीमध्ये कोलेस्टेरॉल नसते म्हणून शाकाहार घ्या व वनस्पती तेले मिसळून वापरा. ४) मासे, कोलेस्टेरॉल तसेच ट्रायग्लिसेरॉइड्स कमी करून रक्त गोठू देत नाहीत, रक्तदाब कमी करतात. म्हणून आठवड्यातून तीन वेळा मासे खा. ५) कारखान्यातली साखर ट्रायग्लिसेरॉइड्स वाढवते, म्हणून फळातील नैसर्गिक साखर खा. ६) सालींसह कडधान्ये, डाळी, देठासह हिरव्या भाज्या, रेषांसह फळे खावीत. त्यात तंतू भरपूर प्रमाणात असतात. हे तंतू म्हणजे शरीराची केरसुणीच जणू. यामुळे मलावष्टंभ होत नाही आणि कोलेस्टेरॉल व ट्रायग्लिसेरॉइड्स कमी होतात. तसेच पीठ दळताना ५ किलो गव्हाबरोबर १/२ किलो

सोयाबीन, १/२ किलो उडीद, १/२ किलो जवस दळून आणावे. फार बारीक दळू नये. पोळी करण्यापूर्वी तीन तास आधी भिजवून ठेवावे.

उंची व वजन यांचा तक्ता

पुरुषांसाठी उंची व वजन यांचे ढोबळ प्रमाण

आनुवंशिकतेनुसार व प्रकृतीनुसार कमी जास्त			
	सडपातळ बांधा	**मध्यम बांधा**	**सुदृढ बांधा**
उंची सें.मी.		वजन किलोमध्ये	
१६०	५०-५५	५४-५८	५८-६५
१६४	५४-५८	५५-६४	६०-६८
१६६	५५-६०	६०-७०	६२-६७
१६८	५६-६०	५८-६५	६२-७०
१७२	५२-६६	६६-७०	६६-७५
१७५	६५-६८	७०-८०	८०-९०
१८०	६८-७२	७२-७६	७६-९२
१८४	७०-७४	७४-८०	८०-९४
१८८	७२-७६	७३-८२	७८-९०
१९०	७३-७८	७५-८५	८०-९१
१९२	७४-८०	७८-८८	९०-९२

स्त्रियांसाठी			
१४८	४०-४४	४३-४८	४६-५३
१५०	४२-४६	४४-५०	४८-५६
१५२	४३-४८	४५-५१	४९-५६
१५६	४५-४८	४७-५३	५१-५९
१५८	४६-५२	४८-५५	५२-६०
१६०	४८-५४	५०-५५	५३-६२
१६४	५०-५५	५२-५९	५७-६५
१६८	५२-५७	५५-६२	५८-६७
१७०	५३-५९	५६-६४	६०-६९
१७४	५५-६०	५८-६६	६२-७२
१७६	५८-६२	६२-६९	६६-७५
१७८	६०-६४	६४-७२	६६-७६
१८०	५९-६५	६३-७०	६७-७८
१८४	६३-६८	६५-७२	७०-७८

या काळात हाडांमधील कॅल्शियम कमी झाल्यामुळे हाडे पोकळ होतात किंवा त्यांना जाळी पडते. हाडांमधील स्निग्ध पदार्थ किंवा मज्जा कमी होते. मज्जा व रक्तधातू यांचा जवळचा संबंध असतो. यासाठी गाईचे तूप, दूध, गोड ताक, मोरावळा यांचा आहारात

समावेश असावा. तसेच सर्व प्रकारच्या पालेभाज्या, ताज्या भाज्या, फळे यांचाही समावेश असावा.

१. एका वेळी ६०० मि.ग्रॅ.पेक्षा जास्त कॅल्शियम आपली आतडी शोषून घेऊ शकत नाहीत. म्हणून विभागून कॅल्शियम घ्या.
२. जादा कॅल्शियममुळे अन्नातील लोह व जस्त (iron & zinc) शोषले जात नाहीत.
३. कॅल्शियमच्या गोळ्या भरल्यापोटी घेतल्याने पोटाचा त्रास कमी होतो.
४. कॅल्शियमची गोळी घेतल्यानंतर भरपूर पाणी पिण्यास विसरू नका.
५. अँटासिडच्या गोळ्यांनी कॅल्शियमची हानी होते.
६. कॅल्शियम शोषण निवांतपणे होण्यासाठी अन्न पोटातून हळूहळू सरकावे लागते. म्हणून जुलाबाच्या औषधांबरोबर घेऊ नये, इसबगोल व कॅल्शियम गोळ्या बरोबर घेऊ नयेत.
७. जादा झिंक कॅल्शियमचे शोषण थांबवते. कॅल्शियम संयुगामध्ये कॅल्शियम कार्बोनेट सर्वोत्तम; कारण त्यात कॅल्शियम मूलद्रव्य सर्वांत जास्त प्रमाणात असते.

या काळात शरीरातील ईस्ट्रोजेनची पातळी कमी झाल्यामुळे त्वचेत असणाऱ्या कोलॅजेनची पातळीही घसरते. कोलॅजेनमुळे त्वचेला एक निखालस आकर्षकता प्राप्त होते, शिवाय त्वचा घट्ट राहायला मदत होते. रोजच्या जेवणात जर अँटिऑक्सिडंट्सचा समावेश केला,

तर त्वचा आतून बळकट व्हायला मदत होते. गडद रंगांच्या भाज्या व फळे यांचा आहारात समावेश करा. अँटिऑक्सिडंट्समुळे त्यांना त्यांचा नैसर्गिक रंग प्राप्त झालेला असतो म्हणून इंद्रधनूतील प्रत्येक रंगाची भाजी व फळे यांचे सेवन करावे.

सोयाबीन हा डाळी आणि बीन्समध्ये बादशहा मानण्याचे कारण यात प्रथिने भरपूर प्रमाणात असतात. यात जीवनसत्व 'बी' व 'ई' बायोटिन, पायरिडॉक्सिन, पँटोथिनिक ॲसिड भरपूर प्रमाणात असते. यातील लेसोथीन द्रव्यामुळे रक्तातील चरबी रक्तवाहिन्यांच्या भिंतींना चिकटत नाही. तसेच रक्तातील साखर न वाढता ऊर्जा मिळते. सोयाबीनमध्ये ४८% प्रथिने असून, त्यात जनेस्टिन नावाचे प्रभावी अँटिऑक्सिडंट असते, जे हृदयरोगात व कर्करोगात प्रभावीपणे काम करते. ते रक्तातील साखर कमी करते. तज्ज्ञांच्या मते ५० मिग्रॅ आयसोफ्लेविन म्हणजे ८ औंसाचे दोन ग्लास सोयामिल्क रजोनिवृत्तीवेळी स्त्रियांनी घेतले तर त्यांना रजोनिवृत्तीदरम्यान होणारा त्रास कमी होतो. सोयाबीनमुळे पाळी बंद झालेल्या वयात स्त्रियांचे हृदयरोगापासून रक्षण करते. सोया हे दूध, दही, तेल, दाणे, पीठ, चीज या प्रकारात येते.

कॅलरीजची गरज किती ?

	पुरुष	स्त्री
बैठे काम	२००० कॅलरीज	१८०० कॅलरीज
सर्वसाधारण काम	२५०० कॅलरीज	२००० कॅलरीज
कष्टाचे काम	३५०० कॅलरीज	२७५० कॅलरीज
कमीत कमी कॅलरीज	१२५० कॅलरीज	१००० कॅलरीज

जेवढ्या कॅलरीज खर्च होतात त्यापेक्षा कमी कॅलरीजचा आहार घ्या. १० किलो वजन कमी करायचे असल्यास १२५० कॅलरीजपासून सुरुवात करा. एके दिवशी जास्त खाणे झाले, तर दुसरे दिवशी तेवढे कमी जेवा.

व्यायामाचा प्रकार	**एका तासात खर्च झालेली ऊर्जा**
१. हळू चालणे	१२० ते २२० कॅलरीज
२. भरभर चालणे	३२० ते ३५० कॅलरीज
३. घरकाम - झाडणे	१५० कॅलरीज
४. पुसणे, धुणे इ.	१६० ते २६० कॅलरीज
५. बागकाम	२७० ते ३३० कॅलरीज
६. देशी खेळ	३२० ते ३३० कॅलरीज
७. टेबल टेनिस	३५० ते ३७० कॅलरीज

८. लॉन टेनिस	४५० ते ५३० कॅलरीज
९. सायकल चालवणे	३५० ते ४०० कॅलरीज
१०. डान्स	४५० ते ५२० कॅलरीज
११. पळणे	७०० ते ८०० कॅलरीज
१२. पोहणे	६०० ते ७५० कॅलरीज
१३. भरपूर व्यायाम	८०० ते ११०० कॅलरीज
१४. शिलाई काम	१३५ कॅलरीज
१५. टायपिंग	१४० कॅलरीज

रुचिरा

यात आपण मुख्यत्वेकरून सोयाबीनचे संदर्भातील पाकक्रिया पाहाणार आहोत.

१) सोया बेसन वड्या

साहित्य : बेसन दोन वाट्या, सोयापीठ दीड वाटी, साजूक तूप एक वाटी, पिठीसाखर अडीच वाट्या, वेलची ३/४ चमचा, दूध १ चमचा.

कृती : तुपामध्ये बेसन आणि सोयापीठ सोनेरी रंगावर भाजणे. नंतर गॅसवरून उतरवून दूध घालणे. गार झाल्यावर त्यात साखर, वेलची घालून मिक्सरमधून काढणे, त्यामुळे मिश्रण मऊ होते. मग ट्रेमध्ये थापावे व वडी करावी.

२) कंदमूळ सोया थालीपीठ

साहित्य : सोयापीठ एक वाटी, बाजरीपीठ एक वाटी, तांदूळ, ज्वारी, हरभरा डाळपीठ १/२ वाटी, धने-जिरे पूड २ मोठे चमचे, गाजर दोन चमचे किसून, बीट, मुळा एक चमचा किसून, ओवा पाने

दोन चमचे, पालक चार-पाच पाने वाटून, तिखट एक चमचा, हिरवी मिरची १ चमचा वाटून, कांदे २ चिरून.

कृती : सर्व पिठे एकत्र करून कांदा, मीठ, धनेजिरे पूड, ओवा पाने, मिरची पेस्ट घालावे. वरील सर्व मिश्रण व्यवस्थित एकत्र करून त्याच्यात पाणी घालून पीठ मळून घ्यावे, स्टोव्हवर तवा गरम करण्यास ठेवून गरम झाल्यावर त्यावर थोडे तेल सोडून थालीपीठ लावावे. दोन्ही बाजूने कुरकुरीत शेकून पुदिन्याच्या चटणीबरोबर सर्व्ह करावे.

३) सोयाबीन मिसळ

साहित्य : सोयाबीन २ वाट्या, टोमॅटो चिरून अर्धी वाटी , कांदा १ चिरून, आले पेस्ट १ चमचा, लसूण पेस्ट २ चमचे, लाल तिखट २ चमचे, हिरवी मिरची १ चमचा वाटून, हळद १ चमचा, चाट मसाला १ चमचा, मीठ चवीपुरते, रिफाईंड तेल अर्धी वाटी, कोथिंबीर, शेव, फरसाण, कांदा, टोमॅटो वरून घेण्यासाठी.

कृती : सोयाबीन रात्रभर पाण्यात भिजवावे, सकाळी कुकरमध्ये शिजवून घ्यावे. कढईत तेल घालून कांदा, आले, लसूण परतणे. नंतर टोमॅटो, हिरवी मिरची, शिजवलेले बीन्स घालून २ कप पाणी घालून उकळणे. मीठ, चाट मसाला घालणे. नंतर त्यावर फरसाण, शेव, कांदा, कोथिंबीर, टोमॅटो घालून मिसळ करणे.

४) स्पायसी सोया भुर्जी

साहित्य : १ कप सोया दाणे (granules), एक मोठा कांदा, एक मिरची, चिमूटभर धने पावडर, १/२ चमचा गरम मसाला, तेल १ चमचा, १/४ चमचा हळद, चवीप्रमाणे मीठ.

कृती: सोया दाणे स्वच्छ धुवून भिजत ठेवा. एका भांड्यात तेल गरम करून त्यात कांदा, मिरची,गरम मसाला, हळद टाका. ते व्यवस्थित परतून त्यात भिजवलेले सोया दाणे टाकून सुमारे २५ मिनिटे शिजवावे. नंतर चवीप्रमाणे मीठ टाका. चपातीबरोबर सर्व्ह करा.

५) थाई सोयाबीन कॅबेज कप

साहित्य : १ कप सोयाबीन, एक कप चिरलेला कांदा, २ चमचे कापलेला लसूण, २ चमचे चिरलेल्या मिरच्या, २ टी स्पून टोमॅटो सॉस, ३ टी स्पून चिरलेली मिरची, अडीच टी स्पून सोया सॉस, १ टी स्पून थाई रेड करी पेस्ट, १/२ कप मोड आलेला वाटाणा, ३/४ चमचा लिंबूरस, कांद्याची पात, चिरलेली कोथिंबीर, चिलिफ्लेक्स.

कृती : सोयाबीन अर्धा तास भिजवून ठेवा. तीन-चार वेळा स्वच्छ पाण्याने धुवून घ्या, नंतर पिळून पाणी काढून टाका. कढईत १ टी स्पून तेल गरम करा, त्यात कांदा, लसूण, मिरची टाकून परता व सोयाबीन घाला. सोयामधील पाणी पूर्ण आटेपर्यंत परता. नंतर

त्यात सोयाकरी, टोमॅटो सॉस, सोया सॉस घाला. त्यात मिरे पावडर व कांद्याची पेस्ट टाकून कुरकुरीत होईपर्यंत परता. नंतर त्यात कोथिंबीर, कांदापात आणि भाजलेले शेंगदाणे टाकावे. मीठ टाकून लिंबू पिळून कोबीच्या कपमध्ये सर्व्ह करा.

सुडौल

आता आपण रजोनिवृत्तीच्या काळात करावयाचे व्यायाम प्रकार पाहू.

आपले शरीर हे एक यंत्रच आहे. या यंत्राची योग्य ती काळजी घेतल्यास - जसे यंत्राला व्यवस्थित साफ ठेवल्यास, त्याची दुरुस्ती केल्यास, त्याला वेळच्या वेळी तेलपाणी केल्यास, सहसा यंत्रात बिघाड न होता ते नीट काम देते; तसेच आपले शरीररूपी यंत्र चांगले काम करण्यासाठी व्यायाम, आहार, विश्रांती या तीन गोष्टी खूप महत्त्वाच्या आहेत. यामुळे आपल्या शरीराची निरोगी अवस्था टिकून राहते. प्रत्येक अवयव कार्यक्षम राहणे, निरामय आयुष्याची प्राप्ती करून आयुचे संवर्धन करणे यासाठी व्यायामाची खरी गरज असते. शरीराच्या निरोगीपणास आणि शरीरपुष्टी करण्यास ज्याची बरोबरीने मदत होते, तो व्यायाम म्हणजे योगासने. योगासनांचा ठशीव स्वरूपात शरीरावर दिसणारा परिणाम म्हणजे शरीराचे तारुण्य कायम राहते. श्वासोच्छ्वासास स्थिरता येते. मन एकाग्र होते, निरनिराळ्या स्नायूंना ताण बसून त्यांचे रक्ताभिसरण नियमित होते, नाड्यांन (nerves)

व्यवस्थित ताण पडून त्यांचे संदेशवहनाचे कार्य त्या अधिक कार्यक्षमतेने करू शकतात, मेंदूला व्यवस्थित रक्तपुरवठा होतो, शरीराचे पोषण व वर्धन करणाऱ्या अंतःस्रावी ग्रंथींवर योगासनांचा सर्वोकृष्ट परिणाम दिसतो. हृदयावर कोणताही ताण न पडता, कोणतेही अनिष्ट परिणाम न होता योग्य रुधिराभिसरण होऊन हृदय तरुण राखण्यास मदत होते.

आता आपण रजोनिवृत्तीकाळात करावयाच्या आसनांची माहिती पाहू.

१) भुजंगासन-

(yogamat) योगा मॅटवर पालथे पडावे. शरीर हलके करून सर्व अवयव शिथिल करावेत. त्यानंतर हाताचे पंजे छातीच्या रेषेत जमिनीवर ठेवावेत, हाताच्या पंजावर शरीर उचलण्याचा प्रयत्न करावा. नाभीपासून खालचा भाग थोडाही हलू न देता, कमरेच्या वरील भागास बाक येईल अशा स्थितीत राहावे. फणा काढलेल्या नागाप्रमाणे ही स्थिती दिसते म्हणून याला भुजंगासन म्हणतात. या स्थितीत पाठीच्या कण्याला बाक येतो व पोटातील सर्व स्नायूंवर ताण आल्यासारखा वाटतो. मानही जास्तीत जास्त मागे घेऊन पाठीच्या कण्यास जेवढा बाक देता येईल तेवढा द्यावा. श्वासोच्छ्वास सरळ नाकाने चालू द्यावा.

या आसनामुळे ताबडतोब तरतरी वाटते. यामुळे प्रामुख्याने

पाठीच्या कण्याला व्यायाम मिळतो. पाच मिनिटे तरी हे आसन करावे. पोट रिकामे असताना हे आसन करावे. या आसनामुळे पाठीच्या कण्याकडे सर्व रक्तप्रवाह खेचला जातो. त्यामुळे येथून निघणाऱ्या सर्व मज्जातंतूंच्या मुळांना रक्तपुरवठा होतो. पाठीचा कणा लवचीक व मजबूत असणे, हे तरुणपणाचे लक्षण आहे. वार्धक्यामध्ये पाठीचा कणा वाकूच शकत नाही किंवा ताठ होऊ शकत नाही.

या आसनामुळे पोटातील सर्व स्नायूंवर योग्य असा ताण येतो. त्यामुळे पोटाचे व पचनाचे विकार दूर होण्यास मदत होते. हात, खांदे व त्यांचे सांधे या सर्वांना या आसनात प्रत्यक्ष व्यायाम घडतो, शरीराचा सर्व भार हातावर असल्याने हातातील ताकद वाढण्यास मदत होते. मान मागे टाकण्याच्या क्रियेमुळे मेंदूच्या मानेतील भागात जास्त रक्तपुरवठा होतो. तसेच गळ्यातील स्नायूंना ताण पडल्यामुळे थायरॉइड ग्रंथी, स्वरतंतू व घश्यातील स्नायू यांस चांगला व्यायाम होतो.

२) शलभासन-

शलभ नावाच्या टोळाप्रमाणे ही स्थिती असते म्हणून याला 'शलभासन' म्हणतात. या आसनाकरता (yogamat) वर पालथे

पडावे. डोके एका बाजूस टेकून ठेवावे. हात शरीराच्या दोन्ही बाजूस पालथे ठेवावेत. दोन्ही पाय अंगठ्यासहित नीट जुळलेले ठेवून गुडघ्यात न वाकवता कमरेपासून सर्व भाग उचलू लागावे, पाय

वर उचलते वेळी हातावर भार द्यावा म्हणजे पाय उचलणे सोपे जाते. या आसनात पोटावर दाब येत असल्यामुळे रिकाम्या पोटी हे आसन करावे. एकदा पाय उचलल्यानंतर दहा ते अकरा सेकंद ते वर ठेवून पुन्हा खाली आणावे. ही क्रिया चार-पाच वेळा करावी. या आसनात पोटाच्या आतील व बाहेरील स्नायूवर दाब येतो. पोटातील जठर, पित्ताशय, यकृत, लहान व मोठी आतडी, मूत्राशय आदींचे विविध स्नायू सतत काम करत असतात व त्यातच मल भरपूर प्रमाणात साठत असतो. या आसनामध्ये पोटातील स्नायूंवर व ग्रंथींवर एक प्रकारचा दाब पडतो व तो हितावह असतो. या आसनामुळे पोटातील स्नायूंना त्यांचे नेमून दिलेले पचनाचे व उत्सर्जनाचे काम करण्यास ताकद निर्माण होते.

३) पवनमुक्तासन -

हे आसन तीन पद्धतींनी करतात.

१. उताणे झोपून एक पाय पोटावर ओढून मांडीचा भाग शरीरास

लागून ठेवायचा व त्यासाठी वर घेतलेला पाय गुडघ्याजवळ दोन्ही हातांनी दाबून धरायचा. नंतर हनुवटी गुडघ्यास लावावी. अशीच कृती उजव्या पायाने करावी.

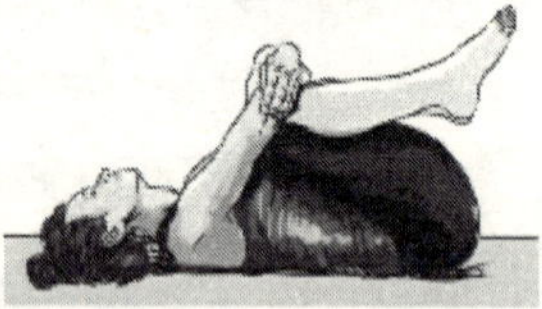

२. उताणे झोपून दोन्ही पाय वर घेऊन दोन्ही मांड्यांचे पृष्ठभाग शरीराला बिलगवून दोन्ही हातांनी गुडघ्याजवळ दाबून हनुवटी गुडघ्याला लावण्याचा प्रयत्न करावा.

३. तिसरा प्रकार महत्त्वाचा व जास्त उपयोगी. उताणे झोपून हात बाजूस पालथे ठेवावेत. त्यानंतर दोन्ही पाय एकदम उचलून जमिनीशी ४५ अंशाचा कोन करून स्थिर राहावे. पायाचे अंगठे जुळलेले व गुडघे ताठ ठेवावेत. सुरुवातीस पाय वर उचलताना श्वास किंचित कोंडून धरावा लागेल, पण सवयीने श्वास न कोंडता श्वासोच्छ्वास सरळ चालू ठेवूनच पाय उचलता येतात. डोळे स्थिर उघडे ठेवावेत. सुरुवात करताना

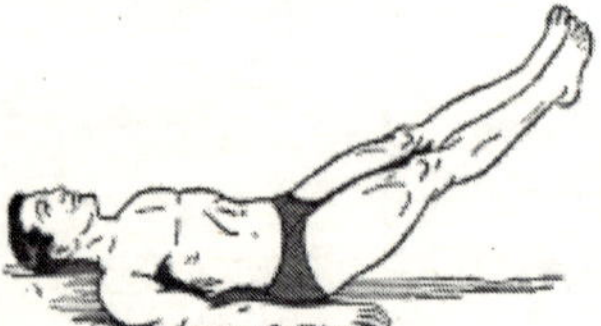

२० ते २५ सेकंदच हे आसन करावे. मग हळूहळू वाढवत १० मिनिटांपर्यंत करावे. दररोज करावयाच्या पाच-सहा आसनांत मध्येच हे आसन करण्यास

हरकत नाही, पण जास्त वेळ केल्यास पोटाचे नळ फुगणे, पोट दुखणे असा त्रास होण्याची शक्यता असते म्हणून जास्त वेळ हे आसन करू नये.

२८ फुटांच्या लहान आतड्यामध्ये वायू निर्माण होणे स्वाभाविक आहे. खाण्यापिण्यातील वस्तूंवर याचे प्रमाण अवलंबून आहे. सामान्य जीवनात निःसत्त्व धान्य, चहा, तळलेले पदार्थ यामुळे नको इतका वायू तयार होतो. तो बाहेर न पडल्यास जीव नकोसा करून टाकतो. पोटातील दोन्ही आतड्यांना विशिष्ट संकोच प्राप्त होऊन कोठेही निष्कारण राहिलेला वायू या आसनामुळे सहजगत्या बाहेर टाकला जातो.

४) उष्ट्रासन-

गुडघे टेकून जमिनीवर उभे राहावे, पायाचे चवडे उभे ठेवावेत, गुडघ्यापासून मांड्यांचा भाग शक्य तेवढा सरळ ठेवून मागे हाताचे पंजे व बोटे टेकावीत. बोटे व पंजे जेथे टेकले असतील तेथून ते पुढे आणण्याचा प्रयत्न करून मांड्या उभ्या करण्याची खटपट करावी व शक्य तेवढा ओटीपोटाचा भाग वर नेण्याचा प्रयत्न करावा. कंबरही ताणावी. दृष्टी उंच आकाशाकडे ठेवून मान व डोके जमिनीस समांतर ठेवावे. कमरेमध्ये काटकोनात मागे वाकणे हे वैशिष्ट्य. सुरुवातीस

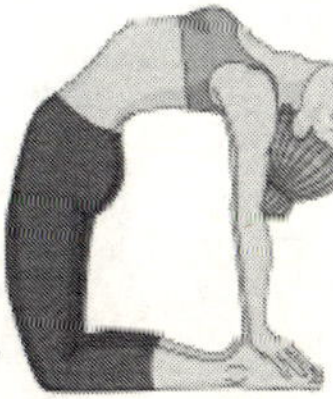

साधारणपणे १५ ते २० सेकंद राहून १५ मिनिटांपर्यंत वेळ वाढवणे.

या आसनाच्या अभ्यासामुळे मांडीचे पुढील स्नायू मजबूत होतात. ओटीपोट व कंबर यातील शुद्धतेस मदत होते. कमरेचा भाग आकुंचन पावत असल्याने ओटीपोटातील उत्सर्ग इंद्रियांवर योग्य प्रकारचा ताण येऊन त्यांचे कार्य उत्तम होते. स्त्री वर्गास या आसनापासून जास्त लाभ होतात.

५) पश्चिमोत्तानासन-

१) जमिनीवर ताठ उताणे झोपावे, हात डोक्याच्या मागे ताठ करावेत. हात उचलून नंतर डोके, धड उचलून हातानी पायाचे अंगठे पकडण्याचा प्रयत्न करावा.

२) दुसरी अवस्था म्हणजे पुन्हा पहिल्याप्रमाणे उठून हाताने पायांचे अंगठे पकडून ठेवावे. अशा वेळी डोके खाली वाकवून हाताच्या रेषेत ठेवण्याचा प्रयत्न करावा.

३) तिसरी अवस्था म्हणजे हाताने पायांचे अंगठे पकडल्यावर डोके गुडघ्यांना लावण्याचा प्रयत्न करावा. बरेच दिवस प्रयत्न केल्यानंतर कधीकधी डोके पायाला लागू शकते.

४) तिसरी अवस्था जमल्यावर चौथी करण्याच्या वेळी हाताने पायाचे अंगठे पकडून पायांचे गुडघे वर येऊ न देता चेहरा दोन्हीही गुडघ्यांच्या मध्ये ठेवण्याचा प्रयत्न करा. ते साधल्यास पश्चिमोत्तानासन सिद्ध होते. हे आसन जेवणानंतर कमीत कमी

तीन तास करू नये. या आसनात पोटातील स्नायू जास्तीत जास्त आकुंचन पावतात. पोट भरलेले असल्यास या स्नायूंवर अनावश्यक दाब उरतो. हे आसन सुरुवातीस ३० अंक करावे. चांगले जमू लागल्यावर ३ ते ५ मिनिटे करावे. दररोज सकाळी उठल्याबरोबर अंथरुणातून बाहेर येण्याच्या आधी हे आसन करण्याचा प्रयत्न केल्यास उत्साह येतो व शौचशुद्धीलाही मदत होते. हे आसन करत राहिल्यास पोटाचे अनेक रोग बरे होऊ शकतात.

पश्चिमोत्तानासन म्हणजे शरीराच्या पाठीमागच्या सर्व स्नायूंवर ताण देणारे आसन! पिंढऱ्या, मांड्या, पाठीचे सर्व स्नायू, हाताचे व मानेचे स्नायू यावर ताण बसतो. स्नायूंमध्ये अशक्ततेमुळे लचक भरणे, पाठ दुखणे, कमरेत चमका येणे, ही दुखणी होत नाहीत. कमरेजवळच्या स्नायूंवर या आसनाने जो ताण बसतो, त्यामुळे पायांना मजबुती येते. यामुळे पायात शक्ती किंवा ताकद राहते.

याशिवाय lumbar part ज्याला Loins म्हणतात त्याचे अत्यंत वेदना देणारे विकार हे आसन केल्यामुळे होत नाहीत. हे आसन करणाऱ्यास पाठ दुखणे, उसण भरणे असे विकार सहसा होत नाहीत. या आसनामुळे पचनेंद्रियांचे बरेच विकार होत नाहीत

व असल्यास नाहीसे होतात. बद्धकोष्ठ, अतिसार, मूळव्याध, मधुमेह, लठ्ठपणा या रोगांवर स्वाभाविकपणे उपचार म्हणून पश्चिमोत्तानासनाचा फार उपयोग होतो.

६) त्रिकोणासन -

शरीरास त्रिकोणी आकार येत असल्याने या आसनास त्रिकोणासन म्हणतात. दोन्ही पायांत अडीच ते तीन फूट अंतर ठेवून उभे राहावे.

हात दोन्ही बाजूस खांद्याच्या रेषेत ठेवावे. हातासह संपूर्ण डाव्या बाजूस कमरेमध्ये वळावे. खाली वाकून उजव्या हाताने डाव्या पायाचा अंगठा धरावा. गुडघे ताठ ठेवावे. डावा हात उंच सरळ राहील त्याकडे मान वळवून दृष्टी टाकावी. या स्थितीत दहा सेकंद राहून पुन्हा सरळ व्हावे. दुसऱ्या बाजूचे त्रिकोणासन करण्यासाठी हात पसरलेले ठेवून संपूर्ण उजव्या बाजूस वळावे. खाली वाकून डाव्या हाताने उजव्या पायाचा अंगठा पकडावा. उजवा हात वर उभा असेल त्याकडे दृष्टी लावावी. या स्थितीत दहा सेकंदे राहावे. असे दोन्ही बाजूने आसन करावे. दहा सेकंदांपासून सुरू करून अडीच मिनिटांपर्यंत वेळ वाढवावा. या आसनामुळे कमरेत दोष कमी होतो. पाठीच्या कण्यास ताण मिळून त्याचे आरोग्य सुधारते. संधिवाताच्या त्रासापासून

बचाव होतो. शरीराची कार्यक्षमता वाढते.

७) मत्स्यासन-

प्रथम पद्मासनावर बसावे, किंचित काळ एकाग्र चित्त करून हळूहळू जमिनीवर उताणे व्हावे. मानेला मागे वळवत टाळू जमिनीवर टेकेल, अशा स्थितीत राहावे.

यामुळे गळ्यातील ग्रंथींना आणि पोटाला ताण पडतो. मांडी सबंध जमिनीवर टेकलेली असावी. हे आसन कमीत कमी पाच मिनिटे तरी करावे. २० ते २५ मिनिटे हे आसन केल्यास लाभ मिळतो. चिरतरुण राहण्यासाठी हे आसन फार उपयुक्त आहे. या आसनाच्या सवयीने एक प्रकारची स्थूलता, ज्या स्थूलतेवर आहार किंवा व्यायाम नियंत्रणाचा उपयोग होत नाही अशी स्थूलता, नाहीशी करण्यास उपयोग होऊ शकतो. सहा महिने ते एक वर्ष दोन ते अडीच मिनिटांच्या अभ्यासाने स्थूलता कमी होते. सुटलेले पोट कमी होण्यास या आसनाचा उपयोग होतो.

८) ताडासन-

ताडाच्या झाडाप्रमाणे उंच करून पाहणे म्हणजे ताडासन किंवा वृक्षासन. दोन्ही पायांत सुमारे दीड फूट अंतर ठेवून उभे राहावे. दोन्ही हात वर करावे. हाताची बोटे पसरून ठेवावी. यानंतर टाचा वर

करावयात. गुडघे, कमर, मान, खांदे, कोपर मनगटे, हातांची बोटे या क्रमाने ताण घेत घेत शरीर वरच्या बाजूस जास्तीत जास्त ताणावे. पायाच्या चवड्यावर सर्व शरीर तोलले जाते, त्यामुळे तोल सांभाळणे जरूर असते. हे आसन दहा सेकंदांपासून दोन ते अडीच मिनिटापर्यंत करावे. सर्व शरीरभर उत्साह निर्माण करणारे आसन असे म्हणावे लागेल. स्वतःमध्ये आत्मविश्वास निर्माण करण्याच्या दृष्टीने या आसनाचा मोठा उपयोग होतो.

लठ्ठपणा-

रजोनिवृत्तीनंतरचे महत्त्वाचे लक्षण. आपण जे अन्न खातो त्यापासून रस, रक्तादी सप्त धातू तयार होणे अपेक्षित असते. तसे न होता खाल्ल्या अन्नाचे चरबीत रूपांतर होऊन ती शरीरात साठू लागते व शरीर लठ्ठ दिसू लागते. यात रक्ताभिसरण हळूहळू होऊन ज्ञानतंतूंची शक्ती कमी होते. लवकर दम लागणे, घाम येण्याचे प्रमाण वाढणे, हृदय अशक्त होणे, असे त्रास उत्पन्न होतात. हा लठ्ठपणा नाहीसा करण्यासाठी शीर्षासन, सर्वांगासन, हलासन, मत्स्यासन, पश्चिमोत्तानासन, उष्ट्रासन, सुप्त वज्रासन उपयोगी असतात.

◆

Brain Fog

Brain fog किंवा मेंटल fogns नाव १९व्या शतकाच्या मध्यात एडवर्ड टिल्ट या ब्रिटिश डॉक्टरांनी दिले आहे.

अनेक महिलांना प्रीमेनापॉझच्या (मेनापॉझ येण्यापूर्वी जवळपासचा काळ जो कधीकधी सात वर्षापर्यंत असू शकतो.) काळात काही शब्द लक्षात ठेवणे, multitasking म्हणजेच एकाचवेळी अनेक कामांवर लक्ष केंद्रित करण्यात अडथळे जाणवायला लागतात. Normally या महिलांना बोलण्यात अडचण नसते पण या कालावधीत त्यांना बोलण्यात अडचण जाणवायला लागते. आपण एखादी वस्तू आणायला दुकानात जावे आणि नेमके काय खरेदी करायचे तेच विसरायला होते. एखादी गोष्ट फ्रीजमधून काढण्यासाठी फ्रीजजवळ जावे व काहीच न आठवल्याने पुन्हा रिकाम्या हाती परतावं. साध्यासाध्या गोष्टीतले विसराळूपणा वाढत जातो जे की, आपली पर्स कुठे ठेवली आहे किंवा घरी परतायचे कसे? या बाबी लक्षात न राहणे इथपर्यंत स्मरणशक्ती खालावते.

ब्रेनफॉगचा परिणाम स्मरणशक्तीवर ताण येण्यात होत असल्याने

गोष्टी सांगणे, चर्चासत्रात सहभागी होणे व ते सारे लक्षात ठेवण्याची या स्त्रियांची क्षमता कमी होते.

खूपदा अल्झायमर आणि मेनापॉझमधील या ब्रेनफॉगच्या लक्षणात साधर्म्य असल्याने निदान चुकण्याची शक्यता नाकारता येत नाही. न्यू यॉर्कच्या लेनॉक्स हिल रुग्णालयाच्या मेंदूविकारतज्ज्ञ गायत्रीदेवी व त्यांच्या सहकाऱ्यांकडून करिअरच्या सुरुवातीच्या काळात अशा प्रकारची चूक झाली होती.

बरेच उपचार केल्यानंतर मग त्या रुग्णाच्या तब्येतीत सुधारणा झाली. या रुग्णाची सुरुवातीची लक्षणे विसरणे, लक्ष विचलित होणे, याची जाणीव डॉ. गायत्री यांना झाली; पण या लक्षणांमागची कारणमीमांसा वेगळीच निघाली. रुग्णाच्या मेंदूशी संबंधित समस्या तिच्या oestrogen च्या कमतरतेमुळे होती. oestrogen या harmone मध्ये मेनापॉझ काळात खूपच चढ उतार पाहायला मिळतात. याच निरीक्षणामुळे डॉ. गायत्री मेनापॉझमधील कमी माहिती उपलब्ध असलेल्या लक्षणाकडे आकर्षित झाल्या आणि ते लक्षण 'ब्रेनफ्रॉग'हे होय.

Oestrogen हे अतिशय संवेदनशील harmone आहे. याचा स्त्रियांच्या शरीरक्रियेमध्ये खूप महत्त्वाचा वाटा आहे. मेंदूमध्ये oestrogen receptors असतात. यापैकी अनेक receptors हे 'हिप्पोकॅम्पस' मध्ये असतात. 'हिप्पोकॅम्पस' म्हणजे पूर्वीप्रमाणे स्मरणशक्ती करून पुन्हा ती परत मिळवण्यासाठी असलेला मेंदूचा अतिमहत्त्वाचा भाग. डॉ. गायत्रींच्या म्हणण्यानुसार oestrogen ची पातळी अचानक कमी

झाली, की हिप्पोकॅम्पसमधील काही हालचालींवर परिणाम होतात. ज्या ठिकाणी oestrogen तयार होते त्या अंडाशय काढलेल्या महिलांना या संशोधनात सामील करून घेतले होते. त्या महिलांना oestrogen dose दिल्यानंतर सकारात्मक परिणाम दिसले, असे प्रा. माकी म्हणतात.

पण लक्षात ठेवण्यासारखी महत्त्वाची गोष्ट अशी की, oestrogen चा परिणाम प्रत्येक महिलेवर वेगळा होत असतो. त्यामुळेच प्रीमेनापॅझला तोंड देणाऱ्या सर्वच स्त्रियांना 'ब्रेनफॉग' होत नाही.

पिट्सबर्ग युनिव्हर्सिटीच्या मानसोपचाराच्या प्राध्यापक रेबेका थस्टर्न यांच्या मते यांत केवळ oestrogen ला महत्त्व नाही तर मेनापॉझ दरम्यान जवळपास ६० टक्के महिलांना झोपेशी संबंधित समस्या भेडसावतात. झोप पुरेशी न झाल्याने त्याचा परिणाम स्मरणशक्तीवर होतो. कमी झोपेमुळे मेमरी सर्किट disturb होते. त्यामुळे खूप घाम येतो. संपूर्ण शरीरात खूप उष्णता पसरते, त्वचा लालसर होते, भरपूर घाम येतो. काही महिलांना तर अर्ध्या रात्री खूप घाम आल्यामुळे झोपमोड होते. डॉ. थस्टर्नच्या मते 'खूप घाम येणे'याचा संबंध हृदयाशी संबंधित आजारांशी आहे, तसेच त्यामुळे मेंदूचे आजार होऊ शकतात. यामुळेच 'हिप्पोकॅम्पस'च्या दोहो बाजूंवर परिणाम होऊन स्मरणशक्ती कमी होते. प्रीमेनापांझदरम्यान सतत mood swing होणे, जीव घाबरणे, नैराश्य येणे यांसारख्या लक्षणात वाढ होत असल्याने त्याचाही परिणाम स्मरणशक्तीवर पाहायला

मिळतो. मेनापॉझल age हे साधारण ४० ते ५० धरले तर त्या काळात स्त्रिया आपल्या कामात अधीक व्यस्त असतात. नोकरी व घराच्या जबाबदारीबरोबरच मुलांचे problem, आईवडिलांची, सासूसासऱ्यांची सेवाशुश्रूषा या सर्वच गोष्टींचा एकत्रित ताण त्यांच्यावर येतो.

डॉ. माकी यांचे मतानुसार महिलांनी या 'ब्रेनफॉग'ला घाबरू नये. खूप महिलांना पुढे जाऊन आपल्याला अल्झायमर होईल अशी भीती वाटते; पण त्याची शक्यता खूपच नगण्य आहे; कारण हे प्रीमेनापॉझचे एक लक्षण आहे. ती इतर लक्षणांप्रमाणे एक सामान्य प्रक्रिया आहे. मेंटंलफॉगिंग हे time being असते. ही लक्षणे नंतर आपोआप कमी होत जातात. यांचे प्रमुख कारण मेंदूला विना oestrogen काम करण्याची सवय होऊन जाते.

पण जर खूप घामामुळे रात्रभर जागण्याची वेळ येत असेल तर डॉक्टरांचा सल्ला घेणे अगत्याचे असते.

Harmone replacement therapy हा यावरील एक उपाय आहे. यामुळे फायदा होतो. ज्यांना ही harmone replacement therapy घ्यायची नसेल त्यांनी ॲरोबिक्स, मानसिक व्यायाम, खेळ खेळणे, झोपेच्या योग्य सवयी लावून घेणे, मेडिटेशन करणे, चौरस आहार घ्यावा, यामुळेही लाभ होतो.

◆

डॉ. अंजुश्री मेटकर या माझ्या सहाध्यायी म्हणून मला परिचित आहेत. त्यांचे मुख्य वैशिष्ट्य म्हणजे वर्गात सतत येणारा पहिला नंबर. एक हुशार विद्यार्थिनी म्हणून माझ्या त्या लक्षात राहिल्या.

त्यांचे प्रस्तावित पुस्तक 'ऋतुजा' माझ्या वाचनात आले. स्त्रियांची शारीरिक व मानसिक जडणघडण, त्यांचा होणारा विकास, त्यातील महत्त्वाचे टप्पे यासंबंधीची सखोल माहिती या पुस्तकात आहे. त्या स्वतः वैद्यकीय क्षेत्रात कार्यरत असल्याने वैद्यकीय दृष्टिकोनातून या सर्व विषयाची उपयुक्त माहिती त्यांनी सांगितली असल्याने, हे पुस्तक सर्व स्तरांतील व वयोगटांतील स्त्रियांना अत्यंत उद्‌बोधक ठरेल, असा मला विश्वास आहे.

स्त्रियांचा मूलतः असणारा लाजराबुजरा स्वभाव, पट्‌कन व्यक्त न होण्याची प्रवृत्ती यामुळे मनःपटलावर निर्माण होणाऱ्या शंका, समस्या या अनेक वेळा अनुत्तरितच राहतात. तसेच निर्माण होणारे हे प्रश्न कुणाला विचारावेत, कुणाकडून त्यांचे निरसन करावे, ही फार मोठी समस्या सोडवण्यात हे पुस्तक नक्कीच हातभार लावेल, याची मला खात्री आहे.

हे पुस्तक जास्तीत जास्त वाचकांच्या नजरेस पडून उपरोक्त माहितीचा वाचकांनी लाभ घ्यावा, हीच सदिच्छा !

– डॉ. महेश फणसळकर (पीएच्च.डी.)

औषध निर्माण संशोधक, पनवेल.

स्त्रीचा विचार करत असताना स्त्री ही जननी, माता असून, शरीर प्राप्त करून देणारी ती स्त्री असते. आजच्या आधुनिक युगात महिलांना अनेक सामाजिक व कौटुंबिक आव्हानांचा सामना करावा लागतो. मग तो कुटुंबाचा उदरनिर्वाह करण्यासाठी कामधंदा करणे असो वा मुलांचे पालनपोषण असो. एक स्त्री अनेक भूमिका निभावत असते. आजकाल बदलत्या परिस्थितीनुसार स्त्रीची भूमिकासुद्धा बदलली आहे. ती मुली, सून, पत्नी, माता या भूमिकांव्यतिरिक्त वैज्ञानिक, अधिकारी, शिक्षक, कर्मचारी अशा अनेक जबाबदाऱ्या पेलत असते. तिचे जीवन अनेक पैलूंनी रेखाटलेले असते; पण ते त्या स्त्रीच्या कर्तृत्वाने चमकून दिसते. सर्व आघाड्या सांभाळता सांभाळता संसारचक्राच्या रहाटगाडग्यात स्वत:ला गोल गोल फिरवताना कधी निवांत क्षण लाभलाच तरी अनेक नव्या आघाड्या उघडलेल्या असतात, ज्यावर तिला आपले अस्तित्व टिकवायचे असते. तेव्हा स्त्री ही अशीच अविरत, अथक कष्ट करणारी तरीही 'हृदयी अमृत नयनी पाणी' अशीच ओळख असलेली आदिशक्ती आहे.

प्रकृती व पुरुष यांच्या संयोगातूनच सृष्टीची उत्पत्ती होते, त्याचप्रमाणे एकटा पुरुष किंवा एक स्त्री अपत्यनिर्मिती करू शकत नाही. तिला दोघांची गरज असते व बाळाची शारीरिक व मानसिक वाढ करणे, नऊ महिने सुरक्षित जपणे हे स्त्रीचे कार्य असल्याने तिला अनन्यसाधारण